Trời Một Phương & Cành Mai Trắng Mộng

thơ Vũ Hoàng Chương

Hàng Thị tái bản
2024

Title: Trời Một Phương & Cành Mai Trắng Mộng
Subtitle: thơ Vũ Hoàng Chương
Author: Vũ Hoàng Chương
First US Edition 2024
Edited and annotated by Tran, N.K.

ISBN-13: 978-1-949875-34-8
ISBN-10: 1-949875-34-2

Printed and bound in the United States of America

Published by
Hàng Thị
Henrico, Virginia, USA
www.hangthi.com

Cover designed by André Tran

Vào Đây Sẽ Gặp

Lời Nói Đầu

Sau Thơ Say & Mây, Rừng Phong & Hoa Đăng, đây là tập kế tiếp trong dự án in lại và phát hành các thi phẩm của nhà thơ Vũ Hoàng Chương, theo lời ủy thác của Vũ Hoàng Tuân - ông đã giao cho chúng tôi nhiệm vụ tái bản tại Hoa Kỳ tất cả các tác phẩm của thân sinh ông - nhà thơ Vũ Hoàng Chương. Lần lượt, chúng tôi sẽ cho in lại và phát hành các tập kế tiếp, khi thời gian và điều kiện cho phép.

Thi phẩm Trời Một Phương do nhà Nguyễn Đình Vượng xuất bản tại Sài Gòn năm 1962, và thi phẩm Cành Mai Trắng Mộng do nguyệt san Văn Uyển xuất bản, cũng tại Sài Gòn, năm 1968. Trời Một Phương gồm 26 bài trường ca, còn Cành Mai Trắng Mộng gồm hai phần, phần đầu là 34 trường ca và phần sau là 28 bài nhị thập bát tú. Trời Một Phương lại có một bài Đường luật ghi bằng chữ Hán Việt cùng vài câu thơ cũng chỉ có phần chữ Hán Việt mà không có nguyên gốc chữ Hán. Với sở học rất thô thiển, chúng tôi đã mạo muội ghi lại bằng Hán tự trong Phụ Lục khi có thể, để tiện việc tra cứu thêm về sau - phần này xin độc giả vui lòng kiểm lại kỹ trước khi sử dụng. Trong ảnh minh họa Phụ Lục, có một trang đề tặng viết bằng chữ thảo mà một người bạn vong niên của chúng tôi, anh Hàng Trọng, đã có nhã ý đọc giúp. Nhờ đó mà biết được đó là ấn bản đặc biệt tác giả đề tặng kịch tác gia Vi Huyền Đắc, hiện lưu trữ tại thư viện riêng của cố học giả Đặng Quốc Cơ.

Không phải là nhà phê bình hay nghiên cứu về thi ca - công việc này đã có các học giả cao minh cùng các nhà khảo cứu có phương pháp, có kiến văn - chúng tôi chỉ làm công việc sưu tầm, sao chép thật cẩn trọng, chỉ sửa các lỗi ấn loát hay chính tả khi thật cần thiết. Mục đích chính yếu là cung cấp cho bất cứ ai cần đến các tài liệu tương đối đầy đủ, đáng tin cậy, để khỏi mai một những di sản quí báu của đất nước.

Ngoài bản in, sẽ có bản điện tử dạng pdf để việc tìm kiếm lời thơ, câu thơ, hay bài thơ được dễ dàng hơn. Nếu tập thơ nhỏ này, ngoài việc thực hiện lời ủy thác của người bạn năm xưa, có giúp ích được bạn đọc nào muốn tìm hiểu thêm về văn nghiệp của một thi hào dân tộc, thì chúng tôi đã vô cùng mãn nguyện.

Trước khi dứt lời, xin nói lên lòng tri ân giáo sư Từ Mai Trần Huy Bích, người đã tiếp hơi cho nguồn cảm hứng và khích lệ chúng tôi trong việc tìm hiểu và sưu tầm thơ Vũ Hoàng Chương, cùng cảm tạ các bạn hữu gần xa đã giúp đỡ rất nhiều trong việc sưu tầm và đánh máy khoảng hơn 15 năm trước đây.

Sau cùng, xin cảm ơn hai bào huynh Ngọc Sách và Trần Ngọc đã không ngừng khuyến khích, cổ động, cùng Mỹ An, người bạn đời, đã tạo mọi điều kiện thuận lợi để một thường nhân như chúng tôi có thể tiếp tục cuộc hành trình tưởng như bất tận này.

Henrico, cuối hạ 2024
N.K

Trời Một Phương

VŨ
HOÀNG
CHƯƠNG

TRỜI MỘT
PHƯƠNG

thơ Vũ Hoàng Chương trang 2   Hàng Thị tái bản

Tiếng Gọi Mẹ

Ngôn ngữ trần gian túi rách
Đựng sao đầy hai tiếng "Mẹ ơi!"
Văn tự chiếc xe mòn xọc xạch
Đường sang cõi Mẹ ngàn trùng xa khơi

Gọi lên bằng máu
Tim rã rời
Chép ra bằng nước mắt
Lửa thiêu hố trũng lệ tan thành hơi...
Nơi đâu sâu thẳm gặp cao vời!
Mẹ còn hay đã mất?
Cao sâu đâu là nơi?
Tin hoa một sớm thơm đầy đất
Lòng cỏ ba xuân nát tới trời.

Nước có nguồn nên sầu chẳng tắt
Mây không bến gió mưa càng dằn vặt
Con còn nhớ Mẹ - có bao giờ... bao giờ nguôi!
Chuyến tàu chở Mẹ - làm sao... làm sao không phản hồi?

Nhưng bánh xe quay đường chỉ một chiều thôi.
Mẹ đang đi cũng là đang trở về.
Ngàn năm ức triệu năm sau nữa
Thời Gian tròn một chu kỳ...
Con nguyện nằm đây làm khối Vô Vi

Giữa sáu mặt giá băng, hàng vạn độ dưới độ hàn
chết chóc,
Liều thí nghiệm giấc trường miên khoa học
Chút hơi tàn may sẽ kéo dài tơ
Để mạch sống luồn qua sợi tóc
Con chờ,
Son sắt con chờ
Bước Mẹ về như đũa thần chạm tới,
Luồng điện ngủ phá tung dây quật khởi;
Mẹ sẽ cùng con
Tay sắt lòng son
Bẻ ngược máy Huyền Vi cái Mất đổi ra Còn
Ôi Cỏ Vong Ưu! hãy kết Khải Hoàn Môn
Và Chữ Viết! ta phong ngươi Xe Bắc Đẩu
Và Tiếng Nói! ta phong ngươi Túi Càn Khôn.
Chở hết về đây cả ngàn phương Mẫu tự
Chứa hết về đây cả ngàn phương Sinh ngữ.
Để ta đủ chữ
Viết giòng vui mừng
Để ta đủ tiếng
Nói lời rưng rưng.
Giòng này dài hơn độ dài nối liền trong thân người muôn
mạch máu
Lời này vang như âm vang hòa điệu trong một người hai
trái tim...
Trở vòng hoa tang chợt Mẹ bảo:
Kìa xuân lượn bướm ca chim
Hoa đã nở thành vòng quỹ đạo
Ngát mùi hương cổ kim.

Trông ra vũ trụ im lìm
Con ngoảnh lại: khói ban thờ rã cánh!
Choãi dần vòng hương nhòa dần nụ cười
Bóng Mẹ chìm sâu bức ảnh
Không Gian mờ loãng chơi vơi...
Con thét lên... không còn phải giọng người!
Con khóc lên... không còn phải lệ rơi!
Hôm nay mồng một Tết
Con đập vỡ Đất Trời
Hồn lạnh xương khô hai đáy huyệt
Mẹ có nghe tròn tiếng gọi của con không?

Cười Vang Giữa Cuộc

Một phen núi chuyển sông dời
Ngẩn ngơ gạch đá tơi bời cỏ cây
Sầu Nam Bắc nhớ Đông Tây
Xuân sang nghe cũng bùn dây áo đào
Chống tay giọt lệ tuôn trào
Ngó sâu nước vẫn nhìn cao mây mờ
Đã toan khép chặt lầu Thơ
Đầy song cũng chả buồn vơ bóng thiều
Tình đời gươm những muốn kêu
Việc đời toan những lửa thiêu men vùi
Mây kia rằng tiến rằng lui
Tơ xanh bông trắng ngậm ngùi hành nhân
Giả thân nằm đối chân thân
Nửa đêm giữa cuộc phong trần cười vang
Đá đâu lên tiếng thay vàng
Gỗ đâu mở mắt hai hàng bạch dương

Hồi Sinh

Một tiếng tơ buông - điệp điệp trùng
Âm ba truyền mãi ngấn vòng cung
Nghe như mở tiếp vào da thịt
Nguồn máu vi ti gợn tới cùng

Giây khắc bầu băng tưởng vỡ tan
Mũi tên kêu vút khỏi cung đàn
- Chúng tôi có mặt đây Người ạ!
Muôn mảnh tình phai nếp mộng tàn

Chúng tôi đã sống một thời xưa
Thuở nắng liền đêm nguyệt giữa trưa
Người chắt chiu tình gom góp mộng
Trái tim vô số đựng chưa vừa...

Trên bến Thời Gian khúc ngoặt nào
Bỗng tình thôi đón mộng thôi trao
Con đò Dĩ Vãng không cần chuyến
Đã lượm tàn phai tự ghé vào

Bờ phía bên kia huyệt sẵn rồi
Nhưng xuân hờn mãi - Chúa không ngôi!
Thu sang lại Quỷ mồ thu khóc...
Người có đành đâu mất chúng tôi!

Nên vẫn còn đây mộng với tình
Đầu thai cung bậc để hồi sinh
Môi trường giao cảm vừa ba động
Nhập điệu, Người ơi, hãy chính mình!

Xuân Mới

Ra đi chẳng nhớ tự đêm nào
Đến đây không biết đây là đâu
Ngẩng đầu: khuôn chữ mới
Vàng sao ngậm chặt nghĩa Thiên Thư.

Cúi xuống dò thăm mạch địa từ:
La bàn kim chết đứng...
Thời Gian bước hững
Ra ngoài Hiện Hữu rồi chăng?

Không Gian cũng vặn mình
Cả ba chiều gẫy thăng bằng.
Trượt qua điểm Uốn
Hệ Thái Dương vừa đổi dấu Âm.

Kỷ niệm mang mang tràn về tâm hồn
Trăng đứng ra làm định tinh.
Hoa từ nay có mặt nhưng vô hình;
Nắng tím đốt không phai: Chỉ là bóng!
Chỉ là hương: Gió hái mỏi rời tay...

Bức tranh "Vũ trụ hồi nguyên"
Phá hết khung phương hướng.
Nét Thủy hình Kim chen cài Thổ Mộc
Ánh lên màu Hỏa thành Thơ...

Lật ngược Càn Khôn tìm đáy túi,
Bắt được Mùa Xuân Tình Cờ.

Bơ Vơ

Mòn con mắt đợi cổng trường
Người ta về... các ngả đường xôn xao
Bóng ai nào thấy đâu nào
Mây càng thấp gió càng cao... Một mình!
Không gian ngoảnh mặt làm thinh
Giọt mưa xuân cũng vô tình trêu ai
Mưa đầy tóc gió đầy vai
Sầu theo bốn hướng trôi dài tâm tư
Mong càng thêm... nhớ càng như...
Lẽ đâu tới phút này ư chưa về!
Một mình gieo bước nặng nề
Gió tung xác lá bên hè tả tơi
Hồn chênh vênh bóng chơi vơi
Đất cong mặt giận chân trời lảng xa

Nhớ Bắc

Phách dựng hồn lên đỉnh nhịp ba
Đàn chìm sâu tận đáy xương da
Trĩu mười năm mộng khoang thuyền khói
Nghiêng trái tim đèn nửa mặt hoa
Bến cát đìu hiu - nghe gió lọt
Mành thưa - nghẹn lệ vỡ hơi ca
Một cung bùn ngập tràn phương Bắc
Lửa quỷ ai thiêu rụng ngón ngà

Khai Sinh

MÂY chợt hiện hình ra mặt giấy
Bắt đầu Bài Thơ.
Hỏa sơn từ bao đời câm tiếng
Vươn mình lên mở miệng
Uốn cong lưỡi lửa đánh vần:
Một phụ âm và hai nguyên âm.

Dấu mũ trên chữ A
Là chim bay lộn ngược
Trên nền trời giấy trắng bao la.
Trùng dương vội vàng in lấy bóng
Chim bay dìu mây bay.

Nhìn xuống trang thơ - đâu rồi nét mực?
Chúng ra đi bất chấp giấy thông hành.
Ta đòi - chỉ được trả hồi thanh.

Mây và chim kết thành
Đôi tị dực bay về Vô Cực...

Không Gian thầm lo:
Sợ chúng tới đầu kia là chính mình sẽ hết.
Cho nên tự kéo dài ra...
Từng phút dài thêm nữa...
Dài mãi đến thành một dải lụa
Đến thành một sợi dây.
Bỗng đầu dây bật mạnh sức đàn hồi
Mây lại nằm nguyên trên giấy đây thôi!

Hỏa sơn cười sặc sụa,
Rung chuyển vòng đai Biển Thái Bình.
Một lần nữa uốn cong lưỡi lửa
Ngùn ngụt thi nhau tập đánh vần:
Một phụ âm và hai nguyên âm...
Học trò mới - ào ào lớp sóng
Lưỡi mặn cứng phát âm còn ngọng
Bắn tung nước bọt
Ướt nhòe đêm trăng.

Này trông: Non Biển đầy trang
Về kia xếp lại thành hàng!
Ta có bài thơ Vũ Trụ.

Vì cánh chim ngược trời bay chỉ là dấu mũ
Trên chữ A.
Và đám mây kỳ diệu của ta
Chỉ là mây quốc ngữ.
Thì hỏa sơn trùng dương
Cũng hiện cả lên thành danh tự
Cao nằm chót vót tràn dâng mênh mang.
Động, tĩnh... gồm hai qua ý chữ
Vân bằng, vần trắc liên hoan.

Ôi vạn vật hoài thai trong thi tứ!
Các ngươi được khai sinh nhờ Văn Tự.
Thơ ta làm nên Không Gian.

Nhịp Bắc Phản

Lưu Lang có phải tiền thân?
Mặc cho bãi bể mấy lần nương dâu.
Tầng rêu khe đá bụi ngầu
Vung tay gỡ thử mối sầu Thiên Thai.

Trùng du Nam Phố - Trùng Dương tiết
Cuộc truy hoan mài miệt trắng bao đêm
Những vì ai khoảnh khắc trái tim mềm
Đã nửa kiếp lăng tăng - ai đấy nhỉ?

Thị dã - bất tài minh chủ khí?
Phi hồ - đa bệnh cố nhân sơ!
Đắm hồn say trong tiếng trúc tơ
Nhịp Bắc Phản đêm mưa càng thánh thót.

Quanh ngọn lửa vẫn oanh chào yến hót
Mấy tang thương còn một thú yên hoa
Nhìn nhau - ta lại là ta.

Liễu Hờn

Sắc mới *vừa* xanh xanh
Như khói như mi *thẳm* giấu tiếng oanh
Vườn cấm nghiêng tơ *ngày* ba lần gỡ mộng
Ngắt nửa cầu sương *cùng* đón đưa một cành
Sáo ngọc nhà ai *kìa* gió xuân tàn ngược
Cô gái mười lăm *nào* lưng nhỏ thanh thanh!
Rồng phượng thuyền ai *mà* phấn hương rời rụng?
Trường đê rủ oán *càng* thương ai thương mình...
Đài Chương rêu ngậm
Đá nín ba sinh
Một cơn... biết mấy vô tình!
Đào Lệnh Vương Công *hề* có xót điêu linh?

Ấm Lạnh

Yêu nhau từ thuở tóc còn buông
Một gái thơ ngây một gã cuồng
Khuya sớm vai kề vui đọc sách
Chung đèn chung cả ánh trăng suông

Bảy tám mùa hoa dệt trước lầu
Năm năm thương mến rễ càng sâu
Chia tay căn vặn lời sơn hải
Tạm biệt... ai ngờ vĩnh quyết đâu!

Lòng thu cỏ rối một chiều kia
Non động dừng chân gã trở về
Chỉ thấy Chương Đài trơ gốc liễu
Bướm gầy xao xác cánh hôn mê

Là thôi! Gái thị thành kiêu bạc
Đã ấm giàu sang lạnh ước thề!

Mộng Ngày Mưa

Bỗng hồi sinh một thời xưa
Nụ hé say chàng Bướm dại
Êm đềm giấc mộng ngày mưa
Ta đã cùng nhau gặp lại

Giòng máu tưng bừng ân ái
Đôi lòng một ước trăm năm
Tình chớm duyên đầu mê mải
Hào quang rờ rỡ trăng rằm

Xuân vừa kịp chín mười năm
Cô bé vai còn tóc xõa
Hồ thu sóng biếc nghiêng nằm
Gợn chút đào tươi cặp má

Giậu trúc gò cương tuấn mã
Song the nét gấm ngừng thoi
Ồ - bức tranh nào phong nhã
Sắc tài muôn thuở xứng đôi?

Gần nhau trọn sáu năm trôi
Bên ngóng bên chờ khao khát
Này đêm tỏ mặt nàng Thôi
Yểu điệu bàn chân dấu cát

Ôi - trầm bốc mái Tây Hiên dào dạt
Nhưng trầm tan... tan cả mộng ngày mưa
Giậu trúc song the dần loãng nhạt
Vó câu chìm với tiếng thoi đưa

Bụi Thời Gian xóa giàn dưa
Nhòa theo đến cả chút hương thừa

Lá Thư Người Đẹp

Đêm tà song chếch nở hoa mai
Chuông vọng Hàn San nguyệt Liễu Trai
Cạnh gối tờ mây nằm ngát mực
Từ e lệ tứ... nếp sơ khai

Đào rụng lời thơm suối chở vần
Ngược soi lòng chữ dáng thùy vân
Thiên Thai có suối này không nhỉ
Đào có mê tình - hỡi Ngọc Chân!

Ý gọi duyên mà nhạc gửi yêu
Nét thơ đề biếc lá buông điều
Phải chăng Thần Nữ làm mưa đó
Nhẹ gót về xây giấc mộng chiều?

Ơi hỡi!... non Vu sụp bốn tường
Canh dài nghe thẩm mấy bờ Tương
Ghì trang khuê bút tìm hư ảnh
Da nõn Lam Điền ngọc ấm hương

Thôn Ca

Ấy ai xuôi ngược bờ đê
Có đi tỉnh Bắc có về tỉnh Đông?
Giùm ai khẽ rỉ tai Hồng:
"Dải đồng tâm vẫn Cốm Vòng đeo đai'"

Ai xuôi ngược đấy - Giùm ai
Xuống Nam nhắn chị lên Đoài nhủ em
Rằng: "Quê xưa vẫn êm đềm
Tình quê ngày một ngày thêm nặng tình"

Mạ tươi màu cốm xanh xanh
Lúa thơm hương rượu ngon lành dậy men
Vi vu tiếng sáo làng bên
Tre ngà đẩy cánh diều lên trăng ngà

Trời cao xa... Đất bao la...
Xanh non màu cỏ xanh già màu mây
Cây đa hai bóng cùng say
Nhạc đong đưa... Sáo diều hay áo chiều?

Núi chân Nam... Sóng chân Chiêu...
Vàng trao bạc đổi ít nhiều men quê
Ba trăng tóc lúa chưa thề
Mây trường sơn khói trường đê não nùng

Tận Diệt

Cùng một phút một giây
Nơi nào kẻ kia nhận nút
Cho phi thuyền đầu tiên
Xé không gian trực chỉ sông Hàn
Nơi này ta phóng đi
Vào sâu tiềm thức
Một phi xa mười trăm ngàn mã lực
Quanh co đường chữ Chi
Bóng tối đặc như than tay lái nặng hơn chì.

Bỗng đâu xa lộ thẳng băng
Mũi xe ngửi thấy đồng bằng
Hoa bưởi mùa xuân hoa cau ngày hội
Trái chín sầu riêng thơm khắc khoải
Dậy thì hương lúa ba trăng...
Bầu trời kín bưng
Đã bật nắp mở toang để chan hòa ánh sáng
Mặt đường ai tráng thủy ngân?
Bên sườn xe ai chắp cánh thiên thần?

Nhưng không khí say men có gì lưởng vưởng!
Mong manh ấn tượng
Thây ma nát rữa lâu ngày
Một tiếng còi giả tưởng
Báo động gần đây...
Nghe hừng hực qua từng cơn gió rít
Hơi thở loài hoa ăn thịt
Châu Phi rừng gái tân
Mùi khét mùi tanh hiện hữu dần...

Xe nuốt đường tiến tới
Hai hàng cây xõa tóc đón từ xa.
Chúng cũng tiến lên
Cành không chim lá không gió
Như những gái cây tiền duyên hết mùa hoa...
Chúng đi đâu? Chạy về đâu mà lao đầu vùn vụt?
Những cánh tay què cụt
Những thân gầy đổ xiêu
Trước mũi xe ta chạy ngược chiều.
Bọn chúng tìm ai thế mạng?
Trốn tránh ai? Có gì nguy?
Tai họa gớm ghê nào đột khởi
Cuối đường kia? Trời hỡi!

Nơi chúng bỏ chạy đi, càng xa càng hay
Chính là nơi, từng phút từng giây,
Ta đem mình dâng, ta lao đầu tới
Không được chậm và không thể đợi
Cầu cứu một ai
Dù Ma Vương hay Phật Như Lai
Dù Quỷ Sa Tăng hay Chúa Trời...

Còn cách gì mong hãm lại
Một chiếc xe đang bay?
Với tốc độ nâng lên cực đại
Ngàn cây số giờ
Xe gẫy lìa tay thắng từ lâu...

Ta cứ phải lao đầu
Ta cứ phải dâng mình
Làm con hy sinh đầy đủ thông minh
Tự tìm đến rơi vào đáy vực.
Mà vực có đáy không? hỡi tâm hồn công thức!
Định mệnh ư? Số kiếp Loài Người
Chặng cuối đường thế kỷ hai mươi?

Nỗi Niềm [1]

Xuân đầu xuân cuối tình chan chứa
Giang Bắc Giang Nam mộng chập chờn
Vầng trán ngọc Thọ Dương Công Chúa [2]
Mối tình cao Xử Sĩ Cô Sơn [3]
Thảo lư siêu thoát cây ngàn gốc
Đổ trắng Giang Thành tiếng sáo đơn
Rượu đẹp La Phù ai nỡ tỉnh [4]
Chim kia hoa ấy não nguồn cơn
Tương tư ngờ bạn đêm nào nhỉ
Ba bảy sầu xuân rụng tủi hờn

[1] Cả bài thơ này xoay quanh một chữ *Mai*

[2] Thọ Dương công chúa: con gái vua Tống Vũ Đế thời Nam Triều. Khi đang vui chơi ở Hàm Chương Điện thì thấy mệt, nằm nghỉ trên thềm, chợt một bông mai rơi trên trán, tạo nên một vết ngấn mất ba ngày mới rửa sạch. Từ đó, có tục vẽ hoa mai trên trán, gọi là "mai hoa trang"

[3] Xử Sĩ Cô Sơn: xử sĩ là người sống ẩn dật. Ở đây chỉ Lâm Bô đời Tống, có nếp sống thanh đạm, ẩn cư ở Cô Sơn, Tây Hồ, Hàng Châu, không màng danh lợi, trồng mai và nuôi hạc làm vui, từ đó có thành ngữ "mai thê hạc tử". Ông có hai câu thơ về hoa mai được coi là tuyệt tác
  Sơ ảnh hoành tà thủy thanh thiển 疏影橫斜水清淺
  Ám hương phù động nguyệt hoàng hôn 暗香浮動月黃昏
N.K. phỏng dịch
  Bóng nhạt nghiêng soi dòng nước cạn
  Hương xa thoảng đượm ánh trăng chiều

[4] Rượu La Phù : La Phù là tên một ngọn núi ở Quảng Đông. Tô Đông Pha đời Tống khi sống ở đó chế được một loại rượu ngon, đặt tên là rượu La Phù. Tại đây, ông làm ba bài thơ về hoa mai, trong đó có câu
  Tích niên mai hoa tằng đoạn hồn 昔年梅花曾斷魂
  (Năm xưa mai ấy đoạt hồn ta)

Trái Cấm

Ai khóc thầm trong giọt lệ nâu?
Ý thơm ngùi rạn trái tim nhầu.
Canh khuya thổn thức giờ siêu thoát
Ngọn bấc hồng tươi lửa vạc đầu.

Hỏa thiêu quằn quại má huyền nhung.
Giác ngộ - lòng say chợt não nùng:
Em đã vì Thơ đêm Sáng Tạo
Dâng mình cho nhạc vút tiên cung!

Héo hắt màu da mượt thẫm dần
Ôi - Nàng hiển hiện dáng siêu chân!
Luồng hương mê hoặc ôm vòng khói
Góp bụi hư vô dựng tháp thần...

Trái Cấm thu hình nở cánh xanh;
Biển trăng vừa nứt khối âm thanh
Tâm tư ngọt lịm môi còn đắng
Vị hỗn mang xưa giọt suối lành.

Siêu thoát về đâu? Sáng tạo gì?
Ta tìm ta thuở mới ra đi...
Nàng ôi - một thoáng đêm gần gũi,
Hồn biếc sơ khai tóc dị kỳ.

Đêm Vàng Thủy Tạ

Em ạ! Cô Hằng chắp cánh
Vừa lên trong khói sương chiều
Có phải mưa sầu đã tạnh
Cho ta đời chớm hương yêu?

Tình Thơ nồng thắm bao nhiêu!
Sách cũ Hội Chân nào chép?
Mình hoa nghiêng - sóng lòng xiêu...
Đào suối Thiên Thai chẳng đẹp.

E lệ màu phai bóng nép
Cuộc chơi đêm ấy cung ngà
Bảy sắc nghê thường mở khép
Ngàn thu ghen xuống đôi ta.

Hồ chiều nghi ngút yên ba
Nguyệt quạnh mây vần le lói
Mê đàn liễu ngủ bờ xa
Một tiếng chim hồng vẳng gọi...

Ba mươi mấy năm mòn mỏi
Gặp nhau tình bỗng trầm hương
Anh muốn quỳ bên gặng hỏi:
Có yêu cùng gã phong sương?

Ngang tàng nửa kiếp văn chương
Lòng chỉ vì Khanh mềm đó!
Sen vàng xõa lưới tơ vương
Giam cánh hồn si bé nhỏ.

Mưa tạnh vầng trăng đã ló
Mai rầy chói lọi đêm đêm
Xứ xứ hoa thầm bảo gió:
Vì Khanh một trái tim mềm!

[1] Trong bút ký ***Ta Đã Làm Chi Đời Ta*** (1974), phần Phụ Lục 2 của chương *Duyên Thơ Nợ Kịch*, bài thơ này có thêm ba đoạn cuối như sau

> *Ta còn gặng hỏi gì thêm!*
> *Chiều ấy đôi lòng đã ngát.*
> *Trời ơi, nhịp thở êm đềm*
> *Hương ấm qua vai ngào ngạt.*
>
> *Cõi Tục vàng tan ngọc nát,*
> *Tình Thơ càng sống càng mê.*
> *Hồn nhập loài kim đỏ hạt*
> *Bên tai em, nhắc câu thề.*
>
> *Trầm luân nhắc mãi câu thề:*
> *Nửa đời bay bướm chưa hề mềm gan.*
> *Vì Khanh cho giấc mơ tàn*
> *Lại bừng tươi ở thế gian một chiều.*

Gió Bắt Mưa Cầm

Dặm phần Tây Vực xa khơi
Dải chùng tơ khói xiêm ngời nhật quang
Mê người một đóa hồng trang
La quần ghen chết mấy nàng cung phi
Thạch Môn từ bước lưu ly
Động sâu hoài hận mình đi chẳng về
Lòng son ngùn ngụt nhớ quê
Từng thiêu cháy tóc mây thề cài trâm
Ấu thơ gió bắt mưa cầm
Giọt thơm lã chã khóc thầm trong men

Tình Xưa

Anh đã tưởng Em quên rồi thuở ấy
Nguyệt tròn gương phong nhụy đóa hoa tình
Mái chèo thơ buộc chặt khóe thu xinh
Đâu biết có phong ba tàn nhẫn thế!
Trải một cuộc nương dâu thành bãi bể
Anh tưởng rằng Em đã dứt tình xưa
Có ngờ đâu, trời hỡi! - đến bây giờ...

Chỉ vì Em giận hờn trong khoảnh khắc
Nỡ ra đi khiến hồng Nam nhạn Bắc.
Em ra đi, giấc mộng xé làm đôi
Chẳng ngỏ cùng Anh, dẫu một lời thôi
Để từ đấy cho lòng Anh tan nát
Và từ đấy cho đời Anh phiêu bạt
Tự bình minh về tận dốc hoàng hôn
Tự nguồn yêu về tận vực u buồn...

Nhưng Em ạ, khi nào Anh nỡ trách
Người yêu xưa, hỡi người xưa trinh bạch!
Thời gian qua, Anh chỉ suốt mười năm
Tiếc cho hoa đang nụ nguyệt đang rằm.
Anh không giận, khi nào Anh nỡ giận
Người Anh yêu, hỡi người yêu tàn nhẫn!
Mười năm qua, Anh chỉ suốt thời gian
Khóc cho hoa riêng úa nguyệt riêng tàn.
Ôi mười năm, quãng thời gian lạnh lẽo!
Giòng lệ tưởng trôi phăng đời niên thiếu
Vẫn còn nguyên vang bóng thuở ban đầu
Hơi tiếng người xưa hồ dễ quên đâu...

Từng đêm trắng Anh ngược về quá khứ
Hồn đơn chiếc đi sâu vào tâm sự
Gắng đào sâu từng kỷ niệm êm đềm
Những phút vui từng đã sống bên Em

Chỉ một chút hương vương từ cặp má
Đủ dựng lại cả một đêm vàng đá.
Vầng trăng xưa, ngươi có nhớ gì không?
Bóng trà mi đêm ấy bóng dương lồng.
Chỉ một chút hương vương từ sợi tóc
Đủ dựng lại cả một đêm vàng ngọc.
Mái lầu xưa, ngươi có nhớ nhung gì?
Bóng dương lồng đêm ấy bóng trà mi...

Vì anh không quên nên Em còn nhớ
Cho có chiều nay khung đời vỡ lở
Nghe lầu trăng bừng sống dậy mùi hương
Mây khói nào kia vỗ cánh đưa đường?
Vì Anh nhớ nên Em quên chẳng dễ
Cho có chiều nay Không Gian phá thể
Mái chèo thơ lại buộc khóe thu xinh
Lại tỏ gương trăng, lại ngát hoa tình.

Mất đi một nửa chính mình
Đã mười năm, bóng với hình xa nhau
Chừ đây rũ bụi lên Lầu
Thời Gian thay áo nguyên màu thanh tân
Ngoài giòng năm tháng phù vân
Đôi ta làm lại mùa Xuân tuổi Vàng...
Nhìn nhau - ai thiếp? ai chàng?
Cười cho sắt đá mơ màng dưới kia!

Em Chỉ Là Mây[1]

Liên giang thử dạ Tân kiều nguyệt
Giang nguyệt tình chung thủy chiếu nhân[2]

Lờ lững sông Seine mắt mở choàng
Nhìn theo muôn mảnh nguyệt đi hoang
Bỗng dưng tròn bóng... Ôi ngàn thuở
Vân Muội tình si đã gặp Hoàng![3]

- Sao anh ngơ ngác? Lạ lùng chưa!
Em vẫn là mây tự kiếp xưa.
Trời xám Paris thu nặng trĩu
Lênh đênh sầu biết mấy cho vừa?

Chợt gió thay chiều sao đổi ngôi
Em ca: Xin bước xuống thuyền tôi!
Tiếng ngân dài ấy nghe quen lắm
Khoảnh khắc tiền thân tỉnh lại rồi.

Cầu Neuf đẳng xa buông thõng chân
Vào sông Seine, lắng tiếng vàng ngân.
"Khoan hò!" Giọng hát chìm[4] thê thiết
Ai nhớ nhung gì? Vân hỡi Vân!

Em bảo: Rồi trăng lặn một mình
Thì mây lại nối kiếp phiêu linh
Chỉ thương bờ đá còn ghi dấu
Mà đá thuyền quyên vốn nặng tình.

Thạch Đầu ngơ ngẩn bóng mây trôi
Thiết Tháp hờn trăng lạnh lẽo ngồi
Anh ạ! Paris toàn sắt đá;
Lòng đau Sắt nọ Đá này thôi!

- Anh hiểu! Vàng thu sẽ dậy men
Lá rơi vàng kín mặt sông Seine
Hồn anh sẽ đọng dài trên lá
Để giúp em màu đan áo len.

Vân nhớ Hoàng chăng giữa phút này
Cánh phi cơ lướt cánh đồng mây?
Nhớ Vân, Hoàng chỉ còn hư ảnh
Đôi bạn tung trời sát cánh bay

Bài thơ này đã đăng trong giai phẩm **Tân Phong** tập 17 (1960) trang
25. Trong giai phẩm này
[1] Bài thơ có tựa là *Em vẫn là mây*
[2] Có thêm hai câu tiêu đề, với lời chú giải của tác giả, *Liên giang* là
sông Sen (Seine) và *Tân kiều* là *cầu Mới* (Pont Neuf) - xin xem thêm
phần Hán Tự ở Phụ Lục.
[3] Tác giả cho biết Vân (Muội) và Hoàng (Lang) là hai vai chính trong
vở kịch thơ **Vân Muội** đã công diễn tại Hà Nội từ 1942.

Trong thi phẩm **Đời Vắng Em Rồi Say Với Ai** (1971)
[4] Chữ *chìm* đổi thành chữ *buồn*

Thản Nhiên

Đã đến giờ chia phôi
Đầu tiên là khối óc
Ly thân cùng tôi...
Nó đi xa để được mở toang trên giòng sông Thời Gian
                            bên lở bên bồi,
Thu lấy chân dung Sự Thật
Giữa khoảng đang thành đang mất
Của muôn ngàn ảo ảnh mồ côi...
Đã nhiều đêm rồi,
Nó tra hỏi từng khúc quanh trong lòng Lịch Sử,
Từng nếp nhăn ngoài mặt Địa Cầu, luồng run trên
                            mình Nguyên Tử...
Vắt cạn Đức Tin vặn nát Hoài Nghi
Mà chẳng tìm ra một nghĩa gì
Cho cuộc đời
Và cho chính nó!

Cả trái tim tôi
Cũng đòi biệt thể!
Nó quyết đi tìm Thượng Đế
Trên con đường không giới hạn bằng tiếng khóc trong nôi
Và điếu văn trước mồ.
Hy vọng sẽ đích thân làm nhạc trưởng
Đánh nhịp tưng bừng cho nước lửa hòa âm trắng đen
                            hợp xướng
Cho bản đồng ca Ảo Tưởng
Hiện hữu vang lừng sân khấu Hư Vô.

Nó đã ngán bị giam trong lồng ngực
Giữa thời sung sức
Kéo lê thân phận chiếc đồng hồ
Mắc lăng nhăng vào một cột xương khô...

Chúng ra đi kiêu hãnh!
Bằng thuyền không gian hay thuyền bào ảnh
Bằng xe Tí Ngọ hay xe Luân Hồi?
Không biết nữa...
Chỉ còn trơ lại đây thôi
Một cái xác vô tâm - một con người phi lý.
Nhưng thiên hạ chung quanh nào ai để ý!
Nào ai cần hiểu ai đâu!
Họ sống theo khuôn, thời dụng biểu thuộc làu

Nổi Trôi

Đặt bút cùng ngâm khúc bể dâu
Nổi trôi từ đấy xót cho nhau
Một phen nhật nguyệt tranh ngôi sáng
Hai ngả lòng thu dựng tháp sầu
Tình cũng hoài thôi say chẳng nỡ
Xuân sang đó nhỉ mộng về đâu
Rằng hư rằng thực lời tâm huyết
Non vẫn cao *hề* nước vẫn sâu

Kiềm Tỏa

Còn mưa, còn mưa... chưa ngớt đâu!
Mưa qua ngày trắng sang đêm nâu.
Đồng hồ như chạy bằng hơi nước
Chở nặng Thời Gian vạn chuyến tàu.

Còn mưa, còn mưa... chưa dứt đâu!
Mưa xuyên biển Á qua trời Âu.
Không gian nổi loạn muôn hình thể
Như chiếu vào gương lõm mặt cầu.

Còn mưa, còn mưa... chưa tạnh đâu!
Mưa trút bề cao vào bề sâu.
Tư duy chết đuối theo tiềm thức;
Mờ hết thiên tâm loãng địa đầu.

Còn mưa... chưa biết đến bao giờ!
Thôi hẳn sông Ngân nước vỡ bờ...
Trái đất trườn ra ngoài quỹ đạo
Vẫn không vượt khỏi ngục tù Mưa.

Còn mưa... rồi sẽ đến vô cùng!
Khối nước đè lên bẹp Thủy Cung...
Ngũ Đại Dương thành tên gọi hão,
Năm châu vùi xuống đáy mồ chung.

Còn mưa... Chẳng một cõi Vô Thường!
Mà cả Tình Thiên cả Túy Hương
Cũng đến giam trong kiềm tỏa ấy;
Con Người thôi hết đất xưng Vương!

Trái Nước thay vì Trái Đất quay;
Mưa, mưa... xiềng xích bốn bề vây.
Họa chăng nhờ phép Thần Non Tản
Còn vững Thi Sơn một đỉnh này.

Thanh Bình

Bài Chữ Hán

Bế môn cao ngọa Tầm Dương thành [1]
Túy đảo càn khôn liễu bán sinh
Khởi tích lạc hoa - tằng lạc phách
Hà phương vong thế - dĩ vong hình
Đăng tiền Quỷ Hỏa tầm giai thoại
Mộng lý Đào Nguyên tục cựu minh
Hưu quái ngã môn chung nhật lạc
Tại phong yên xứ hữu thanh bình

Thành Tầm Dương nằm cao đóng cửa [1]
Lệch càn khôn đã nửa đời say
Lăng tăng phong cốt bấy nay
Tiếc chi hoa rụng chử đây hỡi lòng! [2]
Hình hài có hay không chẳng thiết
Thì việc đời quên hết đã sao?
Đèn khuya lửa quỷ đêm nào
Trong mơ nối lại Nguồn Đào ước xưa...
Trọn ngày tháng lũ ta vui đấy
Đừng ai cho việc ấy lạ đời!
Tìm đâu xa - thế nhân ơi!
Chính nơi lửa khói là nơi thanh bình.

Bài thơ này có trong thi phẩm **Tân Thi** (1970), với tiêu đề là *Gửi Lãng Nhân,* và trong đó

[1] Hai chữ *Tầm Dương* ở các câu này đổi thành *Phù Dung*
   Bế môn cao ngọa Phù Dung thành
   Thành Phù Dung nằm cao đóng cửa

[2] Câu này đổi thành
   Tiếc chi hoa rụng *hương bay* hỡi lòng!

Bóng Cũ

Duyên tiếc cho duyên chẳng vẹn tròn
Đường chia bèo nước rẽ mây non
Hát câu "Sông Vị chàm xanh ngắt"
Ải Lạng chiều pha đỏ chói son
Lửa giãy[1] âm thầm như nghẹn tiếng
Lơ thơ hoa khói chợt ngây hồn
Chỉ thương non nước tình riêng nặng
Bóng cũ bèo mây tưởng vẫn còn

[1] Nguyên bản in là Lửa *rẫy*

Giấc Mơ Tái Tạo

Lòng vẫn tơi bời ngọn lửa thiêu
Nhớ thương hờn hận vẫn là yêu
Nhớ đêm khoảnh khắc mơ Thần Nữ
Thương chuyện mười năm đợi Át Kiều
Bóng lá xanh om hờn gã Mục
Cửa hầu sâu thẳm hận chàng Tiêu
Không gian thôi đã ba chiều khép
Thì đốt tâm tư mở một chiều

Mở một chiều riêng để tới nhau
Tình ta trời bể vẫn cao sâu
Rơi vào khoảnh khắc vòng tay cũ
Dựng lại mười năm giấc mộng đầu
Anh bảo: Anh còn thương nhớ mãi
Em rằng: Em có đổi thay đâu
Kề vai anh khóc và em khóc
Lệ nhuốm thời gian chợt ngả màu

Thời gian đã ngả tím màu xưa
Hương cũ bay về lại ngát đưa
Anh hỏi: Em nguôi lòng giận chứ?
Em cười: Anh dịu vết thương chưa?
Mơ còn tiếc giấc mơ càng đẹp
Sống chẳng đền nhau sống cũng thừa
Lời nói sao mà yêu thế nhỉ!
Đá vàng không đổ với mây mưa.

Ôi! - nhắc làm chi hẹn đá vàng!
Ai xưa, ai thiếp với ai chàng?
Mê say một thưở tình thơ ấu
Lạnh lẽo mười năm nghĩa cũ càng
Hận ấy đầu sông hờn cuối bến
Trăng nào viện sách gió lầu trang
Tay cầm tay chợt tuôn giòng lệ
Ai dựng quan hà giữa tấc gang?

Ai xui gang tấc bỗng quan hà?
Tội nghiệp cho tình của chúng ta!
Còn vết hôn xưa nồng khóe miệng
Vẫn mùi hương cũ nức làn da
Em ơi - đến phút này sao nỡ...?
Anh ạ - ngay khi ấy chẳng thà...?
Món nợ tình chung đòi lại khất
Đành ư, trọn kiếp nợ nhau mà...?

Trọn kiếp ta đành nợ mãi nhau
Sông đi... dằng dặc núi ôm sầu
Nắng tan thôi đã tan hồn bướm
Mưa tạnh không hề tạnh giọt châu
Xuân hết, buồn theo cùng tiếng quốc
Thu vào, ghen cả với duyên Ngâu
Mười năm... ai biết lòng anh khổ?
Ai biết? Nào ai có biết đâu!

Ai biết gì đâu... Một cuộc đời
Nhớ thương hờn hận chẳng hề nguôi
Chẳng thương xuân sớm phai màu tóc
Chẳng nhớ mình đang sống kiếp người
Chẳng đắp cũng non hờn chót vót
Chẳng dâng mà biển hận đầy vơi
Hỏi chi sự nghiệp cùng thân thế!
Sông núi - kìa xem - đã lở bồi.

Núi lở sông bồi lệ chứa chan
Tuyền đài riêng một khối chưa tan
Ngược về quá khứ tìm hư ảnh
Ném lại trần duyên trả thế gian
Xác bướm mơ gì xuân ủ nóng
Hồn mai phó mặc lửa thiêu tàn
Cây nào xanh nữa từ hoa vắng!
Nhầu trái tim rồi - héo lá gan

Đời anh nhầu héo trót mười năm
Còn lại thiên thu mớ ruột tằm
Sống gượng ra chi từ mấy độ
Ngày tàn thôi cũng chả bao lăm
Thương mùa xưa nhỉ trăng còn khóa!
Hẹn kiếp sau ư nguyệt lại rằm?
Chẳng thể có mây ngoài đỉnh Giáp
Mòn con mắt đợi vẫn đăm đăm

Mười năm đợi mãi đến bây giờ
Em mới về mơ nối giấc mơ
Hai ngả núi sông còn tưởng tiếc
Một trời hoa bướm lại say sưa
Riêng gì đêm cũ trăng soi mộng
Vẫn có ngày nay gấm dệt thơ
Em nhé!... chiều anh, gần chút nữa
Cho anh tìm thấy chính em xưa

Ờ, chính em mà! Tất cả em
Đã về... Ôi trận gió nào đem!
Mười phần xuân chẳng hao gầy chút
Cặp sóng thu càng đắm đuối thêm
Gò má băng sương chưa vẫn gợn
Làn môi đài các vẫn êm đềm
Hỡi ơi, giữa ngón tay ngà ấy
Tan nát rồi chăng một trái tim?

Ai biết mười năm lửa tắt rồi
Còn phen lại cháy giấc chung đôi
Dìu nhau thể chất tan vào mộng
Chắp cánh Thiên Đường trở lại ngôi
Một thuở hương trinh nồng đượm má
Nghìn thu quả cấm ngọt ngào môi
Nỡ đâu - tình đã si dường ấy -
Duyên chẳng đền ư nợ chẳng đòi!

Đòi duyên trả tóc nợ đền tơ
Cho xứng cho cân thuở đợi chờ
Duyên trả suốt muôn đời chửa chắc
Nợ đền trong một tiếng bao giờ!
Vàng phai tục phố gương còn tỏ
Đá nát đào nguyên bụi chẳng mờ
Rằng nhớ rằng yêu cùng thổn thức
Hương nguyền lại đượm Mái Tây xưa

Mái Tây trót để lạnh hương nguyền
Trả kiếp nào vơi được nợ duyên?
Càng giận càng yêu còn mãi nhớ
Lòng đây lòng đấy chẳng hề quên
Dễ đâu tình gửi vào thiên hạ
Đành đến hờn mang xuống cửu nguyên[1]
Này lối đi về cây cỏ vẫn
Nhắc rằng: "Xưa đã có đôi uyên..."

Đôi lứa uyên ương một thuở nào
Đi về say đắm biết là bao
Tóc vương mùi lá xoan thơm phức
Má sánh màu hoa phượng ửng đào
Nhịp gót cuồng si hoa rún rẩy
Ghẹo lòng trinh bạch lá xôn xao
Cả hai cùng... thẹn ơi là thẹn!
Mong mỏi thư mà chẳng dám trao

Thư viết nào ai dám viết gì!
Xưng tên còn ngượng chết người đi!
Nở theo mỗi nét mùi hương lạ
Cháy khắp từng trang ngọn lửa si
Rằng: đã tin xuân vào lớp học
Rằng: chưa nắng hạ nhắc mùa thi
Nhớ thương chẳng nói mà thương nhớ
Trời hỡi! Cần chi phải nói chi

Một lời không ngỏ nhớ thương đâu
Mà giận mà ghen lặng lẽ sầu
Lắm buổi Anh ghen từng đến khóc
Một ngày Em giận quá chừng lâu
Ghen bàn tay gió lùa trong tóc
Giận bước chân mây dạo trước lầu
Em giận Anh ghen là thế đấy
Yêu nhau là thế khổ vì nhau

Anh ghen nhiều thế đấy Em ơi!
Lại đến Em ghen mới chết người
Sao được say nghe bài hát ngọt?
Sao đành mải ngắm sắc hoa tươi?
Sao còn khen kẻ trong tranh đẹp?
Sao dám nhìn ai giữa phố cười?
Tệ nhất Cung Hằng - Em đã cấm
Mà Anh vẫn cứ mộng lên chơi

Anh đắm mê hoài mộng với thơ
Em can chẳng được cứ làm ngơ
So bằng lựa trắc mươi vần hão
Gạn đục khơi trong mấy điệu hờ
Vụng tính cho nên từ dạo ấy...
Nghe Em đâu đến nỗi bây giờ...
Mười năm... Càng nghĩ thôi càng giận
Càng giận càng thương cho giấc mơ

Hay đâu thương giận bỗng tan tành
Trong một lời: Em vẫn của Anh
Trận bão khôn ngăn giòng lá thắm
Con thuyền lại buộc khóe thu xanh
Phó cho hiện kiếp xuôi đường thẳng
Mà đẩy Thời Gian ngược khúc quanh
Ta rẽ sang giòng năm tháng khác
Cùng nhau tái tạo giấc mơ tình

[1] Trong thi phẩm *Ta Đợi Em Từ Ba Mươi Năm* (1970), câu này đổi
thành

    Những tưởng hờn mang xuống cửu nguyên

Hàng Thị tái bản

Cành Mai Trắng Mộng

Vũ Hoàng Chương

Cành Mai Trắng Mộng

VĂN UYỂN

Bài *Cứ Điểm Cuối Cùng* (**Cành Mai Trắng Mộng** trang 78)
thủ bút đề tặng trong một bản **Trời Một Phương** đặc biệt

Cành Mai Trắng Mộng

● một tác - giả :

Vũ Hoàng Chương

● một tác - phẩm :

Cành mai trắng mộng

nguyệt - san
VĂN-UYỂN
số 7 ● tháng 11 năm 1968

Cành mai trắng mộng

Thời gian chập lại cả đôi kim;
Một phóng, mười hai mũi trúng tim.
Giờ điểm Giao thừa... Ai gọi đó?
Mang mang tiềm thức bóng quê chìm.

Góc màn sương khói nằm im,
Cố đô mờ nét cuốn phim tháng ngày
Đã từ lâu... Thoắt giờ đây
Lòng căng thẳng chiếu lên đầy bóng quê.

Hàng Cót trường tan, sóng tóc thề
Dâng vào Yên phụ ngược con đê;
Xuôi ra Cống Chéo sang Hàng Lược;
Từng dấu bèo theo giạt bến mê.

Vàng thêu tượng đá Vua Lê;
Cây quỳnh giao, lối đi về Chợ Phiên.
Thoát thai từ truyện thần tiên
Phất phơ bướm nhỏ chim hiền tung tăng.

Đêm vườn Bách thảo hội hoa đăng,
Cặp má đào ai dợn tuyết băng?
Chiếc vượn non Nùng ngân tiếng hót,
Rung theo hồn đá với hồn trăng.

Mùa thu Hà nội trẻ măng
Gió may cũng gió Gác Đằng nhiều phen.
Sánh vai nhau chọn hàng "len",
Đẹp đôi cho đất trời ghen hai người.

Xe điện Hà đông xuống nửa vời;
Mưa phùn men bốc cỏ xanh tươi.
Vùng Thanh xuân, buổi Thanh minh ấy
Chẳng biết chàng si hẹn gặp ai?

Rồng lên một bóng u hoài;
Ôi thôi, từng khúc ngã dài tâm tư!
Chín giao thừa, tám năm dư;
Cành mai trắng mộng, đêm trừ tịch suông.

Tin xuân lữ thứ nghẹn hồi chuông,
Lệ vỡ mười hai "nốt nhạc" cuồng.
Sân khấu lùi xa vào ký ức,
Phai dần hư ảnh cánh màn buông.

Khói đâu mờ tím căn buồng;
Thời gian ai đốt trên luồng thần giao?
Cố đô lửa ấy gan nào?
Sài đô son sắt như bào như nung.

Sài gòn, 1963

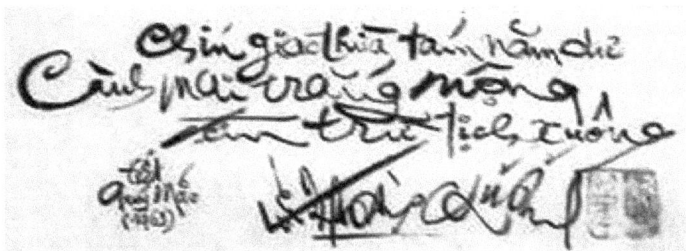

Đêm hiển linh

Ngõ cụt, về khuya, bước dẫm lên
Mấp mô từng tiếng nấc ưu phiền.
Hỡi ơi! Mẹ vẫn còn đau mãi?
Nhát chém thành Sông, thịt khó liền!

Tê rời mạch máu giang biên,
Mười năm cốt nhục hai miền cắt ngang.
Vết thương khoét lở đá vàng;
Sông trôi, tiềm thức nghe vang mấy bờ...

Còn đêm, hết ngõ! Chợt bơ vơ;
Liệu hết đêm còn ngõ đứng trơ?
Phải bóng mình đây, nằm sát đất,
Như trong lòng Mẹ, đứa con thơ?

Vườn hoa, pho tượng thẫn thờ;
Bóng nằm kia, hẳn đợi giờ thần giao.
Từng đêm hơi đất ngấm vào,
Sẽ vùng lên một đêm nào đó chăng?

Sài gòn, 1963

Gấm hoa

xa tặng KIỀU THU

Trời Cố đô cao vút
Tuổi mười lăm hai mươi.
Em là gái Hàng Cân Hàng Bút
Thăng bằng muôn nét thắm tươi.
Anh là gã thư sinh Rừng Bách thảo
Giữa cỏ cây muông thú gọi tên người.
Tiếng bay xuống tận phố phường đông đảo
Chen cánh hoa xoan hoa gạo
Rèm tơ ý nguyệt đầy vơi.
Cân nào không rung chuyển
Bút nào không tơi bời.
Chim xanh qua lại muôn ngàn chuyến
Bao nhiêu là Anh Ơi, Em Ơi...!
Gặp nhau lời vẫn nghẹn lời
Đón đưa buổi học xa vời bước chân.

Hồ Tây Bách thảo nức hương lân
Hàng Bút hồ Gươm cũng rất gần
Anh có mơ hoa Em mộng gấm
Đôi hồ soi đã tỏ mười phân.

Lệ tương tư lại bao lần
Cả hai cùng gửi vào thân phận hồ.
Dịu hiền gương mặt Cố đô
Thoắt thôi gợn sóng điên rồ nhớ thương.

Trăng nhà ai tròn khuyết
Thời cơ gió nhiễu nhương
Hà nội thắt vòng đai tuế nguyệt
Em nghe sầu rối tơ vương.
Trời Nam định Thái bình rung sấm sét
Anh lang thang lòng đứt cỏ uyên ương.
Sừng sững dựng bức thành mây lửa dệt
Xa cách hơn bao giờ hết
Non Nùng cấm địa một phương.
Vuốt đâu xuyên chiến lũy
Cánh đâu vượt sa trường.
Tìm nhau trong khói men cuồng túy.
Nửa giấc mành Tương loạn sóng Tương.
Quê Tình hoang đảo mờ sương
Chiêm bao càng khổ chiếu giường phong ba.

Hồ Kiếm Hồ Tây vẫn đậm đà
Quanh hồ đâu chẳng ấm hơi ca
Riêng cầu Thê húc son thêm lợt
Đê Cổ ngư thêm lạnh tiếng gà.

Em giai nhân dẫu không già
Anh thi nhân dẫu không nhà càng thơ
Nhưng thương cho mộng cùng mơ
Gấm hoa đến thế ai ngờ nổi trôi.

Bến xưa vừa trở bước
Sông núi đã chia rồi.
Em ở lại sầu gương tủi lược
Bồ hòn kết đắng hoa môi.

                    Hàng Thị tái bản

Anh ra đi, cánh phiêu hồng trốn tuyết
Hay cánh thiên nga trốn vạc dầu sôi?
Cũng có khác gì đâu! Trăng vẫn khuyết
Đời vẫn gần thêm cửa huyệt
Men chiều khói sớm đơn côi.
Nắng nào không xao xuyến
Mưa nào không bồi hồi?
Tiếng kêu ném ngược đường kinh tuyến
Chỉ thấy vòng quanh trở lại thôi.
Biết chăng? Còn khúc "Gọi đôi"
Còn chim Phượng ấy dành ngôi cho Hoàng?

Trái Đất rồi hôm nào vỡ toang
Giữa muôn tia tím ánh hồng loang
Thịt xương tro bụi không phân biệt
Anh sẽ dìu em mắt mở choàng.
Địa Cầu quá nửa đi hoang
Còn đây một mảnh sáng choang nụ cười
Mơ hoa mộng gấm bừng tươi
Một hành tinh mới, hai người yêu xưa.

Sài đô, 1967

Bí mật Acropole

Đỉnh hoang phế, đây hoàng hôn nhân loại
Đang vây quanh chờ giải đáp một lời.
Muôn nếp sống, từ ba chiều băng hoại
Của văn minh, tìm dấu trở về nôi.

Trèo ngược dốc hai mươi lăm thế kỷ,
Ta bước lên sầu đá dựng lưng đồi.
Hỡi tàn tích giữa Athènes huyền bí,
Acropole, thi sĩ Việt chào ngươi!

Đá vẫn ngậm sầu trong cơn thử thách
Với thời gian, không hàng phục buông trôi.
Nên kho báu chẳng hóa thân từ thạch
Cũng vàng thưa sắt ứng mãi quanh ngôi.

Vàng với sắt: những gông cùm hãnh diện
Đeo trên mình Thế kỷ thứ Hai mươi.
Đứa nô lệ nào đây lê gót đến
Acropole... mà ngơ ngác nhìn ngươi?

Mặc gió táp, mảnh thành xưa đứng sững;
Cột chênh vênh không nhả nóc lâu đài;
Mấy pho tượng gối què chân vẫn cứng.
Không cúi đầu, tuy đá chỉ còn vai.

Ta cố hình dung mặt hoa Thần Nữ,
Đá căng tròn ngực tượng bỗng đầy vơi...
Nghe trang sách Vô Ngôn vừa gợn chữ:
Mau ném đi tất cả, hỡi Con Người!

Thi sĩ Việt trong tay không tấc sắt,
Chưa giết một ai trên nẻo luân hồi;
Vàng hoen máu chưa một lần để mắt;
Acropole, ta đã hiểu lòng ngươi!

Và, cũng mặc gió thời gian hí lộng,
Ta ung dung thả bước xuống chân đồi;
Lấy vần điệu chuốt pho thần tượng sống
Hiện thành Thơ lời giải đáp thay ai.

Athènes, 10-07-1965

Mộng chim liền cánh

Xa tặng YSA

Cách nhau mười chín giờ bay
Mà không liền cánh chim này được ư?
Cây sầu trút mãi lá thư
Nhớ thương nát cả danh từ, hỡi ơi!
Đêm đêm nhìn ảnh mơ người
Đến mòn da phấn môi cười nhòa hương.
Ảnh treo dần khắp bốn tường
Siết vòng vây một góc giường đảo hoang.
Sóng thu dợn ánh hồi quang
Gối chăn bốc lửa sầu loang canh dài.
Nằm đây dõi bước chân ai
Cánh bưu hoa nở dấu hài lãng du.
Ba lê đẹp áo vàng thu
Mặt trời La mã sương mù Luân đôn.
Bờ Thiên thanh lắng hoàng hôn
Đổ xuôi Bạch lĩnh tâm hồn tuyết băng.
Hỡi ơi, cô gái tròn trăng
Duyên bèo mây lại kết bằng tóc tơ!
Ba năm một mối tình Thơ
Núi trông mây, bến còn mơ tưởng bèo.
Tình chưa nổi sóng mà xiêu
Biết ai nhớ ít thương nhiều hơn ai?
Muôn giòng thư, hãy nối dài
Cho song hồ với trang đài liền nhau!

Sẵn trăm ngàn bức thư sầu
Đường kia nối cả địa cầu nguyệt cung.
Hai phương sẽ hết lạnh lùng
Đêm vào một giấc mơ chung với ngày.
Sá chi mười chín giờ bay
Mà không liền cánh chim này tương tư.

Sài gòn, 1963

Buồn điều chi

Ngươi buồn ư? Buồn điều chi,
Hỡi hỡi CON NGƯỜI viết bằng mẫu tự?
Trong đó có anh, gã đàn ông biệt xứ,
Trong đó có em, bà công chúa hoài nghi.
Có cả anh, chàng trai từng đêm tự tử,
Có cả em, cô bé giữa mùa vu quy.
Và cả anh, tay hào kiệt đang làm lịch sử,
Và cả em, gái cầm ca chớm hết xuân thì.
Tôi biết anh buồn điều chi;
Tôi biết em buồn điều chi!
Này nhé: mười phương tâm sự
Cuốn theo ngày tháng trôi đi...
Khoảnh khắc trời hoang biển dữ,
Nghe quanh tiềm thức, tư duy,
Siết chặt dải băng sơn, đè nặng đám mây chì.
Hoa còn đây, trăng còn đó chứ!
Nhưng là hoa là trăng thế kỷ Hai mươi.
Và chúng ta, đâu phải những con người
Của bình minh Ngôn ngữ!
Mà có thể chạy theo trăng tìm nhạc tứ,
Ngồi bên hoa chờ bắt sóng hương trời...
Hoa kia dù úa dù tươi
Cũng chỉ là biểu tượng
Kết thành bó
           trong tay một cô dâu miễn cưỡng
Hay kết thành vòng
           trên nấm mộ nắng mưa phơi.

Cuộc thưởng hoa bày cho hoa tự thưởng
Mặc cho phấn khóc son cười!
Giữa nếp sống duy hình, duy lượng,
Thề hoa; câu chuyện nói mà chơi!
Vầng trăng kia tròn, khuyết, đầy, vơi,
Cũng chỉ là một sân bay
               để phi thuyền đáp xuống,
Gần, xa... trong tương lai.
Núi phễu chênh vênh: chỗ đặt pháo đài,
Rốn biển Câm: dàn hỏa tiễn ngày mai.
Ảo ảnh cung Thiềm chết uổng;
Cành đan quế mang trái cầu mọt ruỗng,
Nhạc Vũ y pha tín hiệu ngắn dài!
Ôi, diễm lệ màu hoa, nét trăng tình tứ,
Đang từng phút sa lầy vũng bùn Nguyên tử,
Nàng Thơ vạn kiếp sầu bi!
Kìa: ngập tới thềm vai, ngập tới rèm[1] mi!
Đất dựng sững thành băng,
Trời đậy kín vung chì...
Đã đến lúc vùi sâu kim cổ;
Trọn một nếp văn minh
               cả ngàn thu phong độ
Nhường cho loài Máy chỉ huy.
Lúc ấy Con Người, gọi tên bằng chữ số,
Hắn sẽ không buồn điều chi!

Vì chẳng còn anh, gã đàn ông biệt xứ;
Vì chẳng còn em, bà công chúa hoài nghi.
Cũng chẳng còn ai từng đêm tự tử;
Cũng chẳng còn ai giữa mùa vu quy.
Và chẳng còn đâu Lịch sử.
Và chẳng còn đâu Xuân thì!
Hỡi hỡi Con Người chẳng còn tên ấy nữa,
Làm sao ngươi buồn nổi điều chi!

Sài gòn, 1964

[1] Đúng ra là *diễm* (mi)

Nghĩa trang câm nín

Hồn ma rên rỉ đáy mồ sâu:
Đất sống còn chăng cuối nhịp cầu?

Mép vải tay run, người cúi mặt;
Phù kiều ai biết dẫn về đâu!...

Hai hàng thông đứng trơ trơ ngọn,
Nhìn thấy gì, sao chẳng mách nhau?

Ơi hỡi!... đêm đêm bừng trái sáng,
Cây già nhiễm độc chết từ lâu!

Chỉ nghe siết chặt quanh hài cốt
Màng lưới Âm ti mắt đỏ ngầu...

Nghĩa trang Bắc Việt (Sài gòn)
Ngày 14 tháng 7 Đinh Mùi (1967)

Paris tái ngộ

Trường bay vàng rót họa mi,
Chàng Say chẳng hẹn Paris vẫn chờ.
Kim thời gian trỏ Không giờ,
Đường hoa sực tỉnh bất ngờ... dậy men.
Tiếng chào vang đỉnh Eiffel,
Mở vòng tay cũ, sông Seine trắng ngần.
Rimbaud có phải tiền thân
Từ Phi châu khoác phong trần hồi hương?
Hay gò Montmartre đêm sương
Hậu thân nào của phố phường Thăng long?
Cánh tay kia: dải sông Hồng;
Tháp kia: tháp Bút soi lòng hồ Gươm!
Đài mây bao độ tơ ươm,
Khải hoàn môn lại dìu bươm bướm về.
Bước chân rợn cỏ Bồ đề,
Một hay năm Cửa nhất tề nở Sao?
Tàn đêm loãng khói chiêm bao,
Người yêu Hà nội say vào Paris!

Paris, 06-08-1967

Kỷ niệm Đông Âu

Ôi hồ Bled! Chiều nay giòng Cảm xúc
Đổ về ngươi muôn ngòi Bút tương thân.
Sóng hải đảo gió mây hai đại lục
Trời Nam tư hò hẹn đã bao lần!

Đón thi hữu, sá chi phòng khách thính;
Giữa lòng ngươi, kìa thấp thoáng non thần.
Ngay đầu non, một lâu đài cổ kính,
Nếp vương hầu sương mỏng áo giai nhân.

Ngọc lấp lánh, chừng như lầu với núi
Mọc lên theo bầy tinh tú thủy ngân.
Ai khéo đúc một "Đào nguyên bỏ túi"
Mà xinh xinh ngàn cánh bướm ân cần?

Nào Rôma nào Athènes, Belgrade,
Cuộc hành trình bao cát bụi vương chân.
Bao hùng vĩ, kiêu sa... nhưng lạnh nhạt;
Đâu bằng ngươi, hồ núi Bled thanh tân!

Vòng tay gọi của "người yêu" bé nhỏ,
Ngực đá hoa rung động nét thùy vân...
Dốc thoai thoải lên Địa đàng Trung Cổ,
Lòng ta nghe mỗi bước tự gieo vần.

Bled, 07-07-1965
Hội nghị Văn Bút Quốc tế lần thứ 33

Công chúa mười lăm

Xa tặng YSA[1]

Công Chúa Mười Lăm, nàng ở đâu?
Tìm nàng, thôi đã nát Âu châu.
Ba lê, Nhã điển hay La mã
Đâu cũng rêu in lệnh Miễn Chầu.

Sân chầu lẻ cặp, những vần thơ
Giạt tới Sông Xanh lạnh ngắt bờ.
Nét vẽ bay lên sườn Núi Trắng,
Đâu rừng Thi Họa thuở ban sơ?

Ta mỏi đi hoang chín kiếp dài,
Áo thêu rồng phượng rách chông gai.
Nhớ năm xưa đến khu Rừng Cấm,
Lục địa già nua bỗng đẹp trai.

Kiếp thứ mười nên bước đã chồn
Ta gieo mình xuống thảm hoàng hôn,
Ngủ chung giấc ngủ nàng Công Chúa
Mơ tuổi Mười Lăm biếc lại hồn.

Nàng say sưa ngủ dưới trời sao
Chợt gọi tên ta giọng ngọt ngào:
"Anh nhích gần coi em vẽ bóng"
"Cho Thơ là một với Chiêm bao!"

Đê mê nhịp thở phút huyền ngưng,
Đôi lứa chìm sâu đáy Tượng trưng.
Ta nhủ: "Kìa em! Thơ mở lối,
Còn sâu hơn cả trái tim Rừng!"

Đêm cũng đêm sâu nhịp với Tình
Nhưng đêm nào chẳng có bình minh.
Ta hôn mười ngón tay vừa nở
Rồi bước đi hoang lại một mình.

Tưởng đâu Rừng Cấm mãi thâm u,
Nàng chẳng bao giờ mở sóng thu.
Vì chẳng bao giờ ta cất tiếng
Gọi cho nàng tỉnh giấc ôn nhu.

Năm năm trở bước một lần thôi;
Hoàng tử không nhà lại có ngôi.
Giấc ngủ bên nàng, đêm tái tạo,
Thơ ngâm truyền lửa đóa hoa môi.

Ai hay một sớm tự non Sầu
Ngập gió bay ra lệnh Miễn Chầu.
Cánh quạ nối hàng, đen khủng khiếp:
Tin nàng Công Chúa bỏ rừng sâu.

Hôm trước, loài kim hiện ngọc ngà
Hóa trang làm một chiếc thiên nga
Xé mây Bạch Lĩnh... Ôi, Người Đẹp
Trút lại tàn y: Lục địa già!

Biển Bắc trời Âu hết đẹp trai,
Nhòa tranh Siêu thực bóng trang đài.
Thơ Trừu tượng cũng nhòa linh giác
Hồn chẳng đong đầy cặp mắt nai.

Ngơ ngác rừng xưa đá chập chùng,
Nơi nào Cửa Khuyết hỡi Mê cung?
Nàng đi mang cả hồn Thi, Họa,
Trời biển nằm trơ mấy mảnh khung.

Ta biết nàng đi chẳng một về,
Tìm ai Nhã điển với Ba lê?
Mấy phen La mã ghì vân thạch,
Tượng ngủ không bay gợn tóc thề.

Hỡi ơi, Công Chúa vượt trùng dương,
Đất mới hoa dâng khắp ngả đường!
Sáng rực nơi nào đôi mắt biếc
Là nơi ấy mở một triều Vương.

Hòa lan Đan mạch nắng vàng thu
Đôi bạn tình xưa phút mộng du.
Hài gấm chỉ còn ta nhận dấu,
Chừ, xuân ngăn ngắt tím sa mù...

Ngẩng nhìn: Sông Bạc chẳng mưa tuôn,
Châu Á khuya nay đọng khối buồn.
Thăm thẳm mấy phương lòng rạn vỡ,
Sao trời nhân lệ một thành muôn.

Hoảng hốt ta ôm chặt bóng kiều;
Đầy tay sương khói nặng bao nhiêu?
Phải chăng, kìa góc rừng Thi Họa
Vắng tiếng chim xanh gọi Thiết Triều?

Hai mươi mốt tuổi nét xuân đằm
Nàng bỏ trời Âu tuyệt bóng tăm.
Trải đúng hai mùa sen Tịnh Đế,
Hồi loan, Công Chúa lại Mười Lăm?

Vào giấc cô miên, nàng hãy nghe:
Còn đây nửa vạt áo rồng che,
Ta lên đường gấp cùng tia nắng
Cho kịp dâng nàng một xác ve.

Nàng ôi, Nàng ôi, Ta mơ chăng?
Biển Đông biển Tây đều biển băng!
Thôi rồi...! Ta không còn dám nghĩ
Tiếng ấy chim trời hay cá săng.

Nhưng từ tăm cá bóng chim mờ
Kỷ niệm tung hoành nát gối mơ.
Hoàng tử phiêu bồng thân nhẹ bấc
Vào săng càng thấy chỉ là Thơ.

Một gửi xương da vách huyệt mềm,
Thịt hao mòn, có Đất cho thêm.
Cả tâm, thân, lại đầy phong độ,
Ta sẽ hồi sinh đúng nửa đêm.

Kiếp thứ mười hay mười một ư?
Cần chi! Rồng phượng áo chưa hư!
Sông Xanh núi Trắng rừng Thi Họa
Ta đến phen này kết thảo lư.

Và ta nằm xuống thảm bình minh
Ngủ giấc sâu hơn biển Thái Bình.
Công Chúa Mười Lăm về cạnh đó,
Thay ngôi Chủ Khách... lại càng xinh.

Nửa giấc nàng say hé cặp môi:
"Nhớ nhau hẳn cũng Thơ xong rồi!
Trước kia vẽ bóng, hình quên vẽ,
Hơi tiếng đều quên... hóa lạc đôi.

Tiếng trời hơi đất vẹn trường canh
Nay đã về, qua nhịp thở anh.
Tóc bạch kim này, em chỉ đợi
Gieo hương cho mộng ngát duyên lành."

Ta uống từng âm hưởng dị kỳ
Nhưng lòng nghe gợn sóng hồ nghi:
"Em ơi, Rừng Cấm vui đoàn tụ
Sao chẳng hề vang khúc họa mi?"

Ngọc vỡ san hô trút suối cười:
"Anh lầm! Đây sắc nắng hồng tươi;
Quê hương anh chứ!... Và, em biết,
Anh vẫn là anh kiếp thứ mười."

Lầm Sinh với Tử, Á thành Âu?...
Mới rõ tình Thơ ý Vẽ sâu.
Hơn cả trái tim rừng Biểu tượng;
Bên kia thế giới nghĩa gì đâu!

Công Chúa Mười Lăm chẳng bỏ ngôi,
Ra đi là để tới đây thôi?
Cùng ta sum họp muôn ngàn kiếp;
Chỗ hết Thời gian, đích phản hồi?

Ta ngập ngừng toan hỏi lại nàng,
Ngây thơ đã tiếp suối cười vang.
Hồi thanh có họa mi chen khúc
Và cả trời xưa cặp Phượng hoàng.

Câu hỏi lưng chừng, lớp sóng Yêu
Xô nghiêng về tận bến Lam kiều.
Nhạc đâu huyền thoại mưa vàng đổ?
Lệnh Miễn Chầu hay lệnh Thiết Triều?

Nàng uốn mình tơ dưới áo lông:
"Sông Xanh nào có khác sông Hồng!
Núi Đen núi Trắng nguyên là một;
Kiếp thứ mười sao chưa cảm thông?"

Cảm Thông[2]? Hai chữ nhớ thương đầy;
Thi Họa duyên nào gốc ở đây?...
Ta vội mở trang Tình Sử cũ;
Ôi, màu vẽ Tuyết, ý thơ Mây!

Tình Sử ai ghi? Chuyện xứ nào?
Mộng vàng đôi lứa sẽ ra sao?
Tay nâng trang sách, ta nhìn xuống:
Nàng chợt như tia nắng rụng vào!

Thể nhập rồi, trang sách trắng ngà,
Ôi, nàng!... Sắc giấy hiện màu da.
Đường cong tuyệt bút dần thu nhỏ
Nằm gọn trong muôn nét kỷ hà.

Chẳng chút hồ nghi, ta xé đôi
Trang minh họa ấy để về ngôi...
Vì Thơ đến lúc nguyên hình Mộng
Uy lực Không gian đã hết rồi.

Nét vẽ cuồng dâng tóc bạch kim
Giòng thơ đập loạn tiếng con tim.
Nàng ôi, Tình một phương không đáy,
Ta phải làm ra đáy để tìm...

Quên hết ngôn từ, chữ với câu:
Vần phai theo bóng, nét theo màu.
Dư âm Thi Họa riêng còn chút:
Công Chúa Mười Lăm, nàng ở đâu?

Sài gòn, tháng Tư 1967

[1] YSA là tên tắt mà Vũ Hoàng Chương dùng để gọi Ysabel Baes, một
nữ thi sĩ và họa sĩ Bỉ - đại biểu cho Bỉ tại Hội Nghị Thi Ca Quốc Tế lúc
mới 15 tuổi - do đó đã được tặng mỹ hiệu *Công Chúa Mười Lăm*. *YSA*
cũng đảo thành *SAY*, mà "Chàng Say" là biệt hiệu Vũ Hoàng Chương tự
gọi mình. Cô có nhiều triển lãm tranh và đã xuất bản ít nhất hai thi
phẩm, thi phẩm đầu tay **O Ma Jeunesse O Ma Folie** (1959) đã được
N.K. dịch ra thơ Việt **Tuổi Thơ Ơi Bồng Bột**, Hàng Thị xuất bản (2022)

[2] **Cảm Thông** là nhan đề một thi tập của V.H.C., do YSA minh họa bốn
bức (Thông trên tuyết, Biển san hô, Xương rồng, Thần chết), ấn hành
năm 1960, kèm bản dịch Anh, Pháp   [Chú giải của tác giả]

Nhịp cầu

Xa gửi anh hồn bạn thơ N.L.[1]

Hạc vàng bay đi,
Lầu hoang sầu vây quanh;
Đường ngôi hoang khói sóng bơ phờ.
Bướm trắng bay đi,
Bầy lan run rẩy mộng;
Gai rừng khuya xé rách cánh bơ vơ.

Một con người mê đời như ai kia!
Tài hoa như ai xưa!
Nức tiếng "văn hay" một thời!
Uổng cho sông Sen chưa từng hé nhụy;
Sông Dương chưa hề buông tơ.
Chỉ u uất một giòng Thanh thủy
Nối vần mây còn lạc điệu hai bờ...

Người ôi! Người ôi!
Chí sĩ đền xong nợ nước,
Văn hào đã thỏa ước mơ;
Hai bóng đi vào hai lối Sử,
Riêng Người một chuyến ra đi tìm Thơ.
Phải chăng, bến quạnh sao mờ?
Lan suông Bướm trắng
                    lầu trơ Hạc vàng!

Sài gòn, 1964

[1] Qua việc nhắc đến Bướm Trắng và Giòng Sông Thanh Thủy, chúng ta có thể biết rằng người "bạn thơ" N.L. của V.H.C. không ai khác hơn là văn hào và chí sĩ cách mạng Nhất Linh (1905-1963). Ngoài viết văn, Nhất Linh còn có thơ đăng báo từ 1920, và trong các tiểu thuyết của ông, thỉnh thoảng cũng thấy điểm xuyết một vài câu thơ như
Người đi lâu chửa thấy về,
Nhớ người lòng suối Đa Mê gợn buồn...

Đôi ngả

Chia con sầu rỏ huyết
Trang huyền sử còn ghi
Lòng Mẹ xuống Nam Hải
Lòng Cha lên Ba Vì
Chia duyên sầu bất tuyệt
Lòng đôi lứa mê si
Trai Cửu Trùng hạ tứ
Thơ vọng tiếng Bằng Phi
Gái Lầu Tây cất chén
Ngọc đọng hồn Trương Chi
Mồ xanh cỏ như áo
Người khuất núi như mi
Tình sử dệt thương nhớ
Bao Quỳnh Như Chiêu Lỳ.

Tình sử với huyền sử
Chia duyên cùng chia con
Sầu bất tuyệt là giấy
Sầu rỏ huyết làm son
Viết giòng thiên cổ hận:
Chia nòi giống nước non.
Ngòi bút này sắt đúc
Từng ngựa Gióng bon bon
Cây bút này bằng trúc
Phá giặc Ân chưa mòn

Hãy rạch nát thân phận
Bấy lâu rồi héo hon
Giống nòi chẳng một giận
Non nước dễ đâu còn.

Nam đô
Xuân Đinh Mùi 1967

Nỗi lòng phương thảo

Con oanh đứt ruột làm chi
Lửa phai màu áo, mơ gì Vương Tôn?
Chừ nghe Xuân cũng vô hồn,
Ngàn hoa tiếng nổi như cồn, sá đâu?
Gió tanh rền rĩ Mê Lâu,
Cỏ Tương Tư kết ngôi Sầu quê Say.
Mênh mông xương trắng ai bày?
Khói bên kia... sóng bên này... hỏi ai?
Mấy mùa thơm Cúc thơm Mai,
Sao mùa thơm để thiệt loài Cỏ Thơm?
Bụi hồng tung... vó ngựa chờm...
Máu xanh chẳng múa đường gươm nữa rồi?
Bóng thiều vun vút như thoi,
Nát lòng tơ biếc, ai soi thấu tình?
Hôm nao cánh én đăng trình;
Nép bên cầu, vẫn tưởng mình còn non.
Thảo lư tiếc mộng không tròn;
Rồng bay, tấc cỏ riêng còn ngát chăng?
Bước du xuân chợt dùng dằng;
Bờ đê lửa đóm giăng giăng ngập trời.
Thuồng luồng đâu đó phun hơi,
Lâu đài la liệt cách vời Tiêu Tương.

Sài gòn
Xuân Bính ngọ, 1966

Sương gió bồng bênh

xa gửi bạn N.B.

Hỡi kẻ đúc gươm lò Chiến quốc,
Từng đem mạng sống đổi gươm linh,
Chỉ mong ánh thép xoay thời cuộc
Trở lại mùa Thiên hạ thái bình!

Nhớ Người, ai nhớ bằng Ta nhớ!
Ta tráng sĩ từng như mây bay
Ghé bến Hoàng Sa, chân dẫm lửa
Tìm gươm... Và đã được trao tay.

Tráng sĩ là ta; Người ẩn sĩ;
Hai vai Sống Chết nay chia bờ;
Hỡi ơi, Bính nhớ Hoàng không nhỉ?
Hà Nội đêm nào diễn Kịch Thơ!

Ôm Bóng Giai Nhân từ mộng ảo
Vào không gian Kịch hiện chân thân,
Ta cùng Người đã chung hoài bão:
Gươm sáng ngời lên giữa điệu vần.

Nhưng rồi... Sân khấu nằm tê liệt,
Trời Cố Đô như bóng mất hình.
Khói đắng men cay đêm tiễn biệt:
"Con chim bằng vỗ cánh dời sang Nam Minh."

Bài Ca Tận Túy rung thành lệ,
Ngươi bảo: "Thơ Hoàng phải Bính ngâm!"
"Lỡ Bước Sang Ngang - Ta nhủ khẽ -
Gươm thiêng trong kịch chớ trao lầm!"

Ai hay Đời chẳng Thơ như Kịch
Năm ấy Người đi là "một đi..."
Dẫu có trở về, nhưng tịch mịch
Hình phai bóng lợt đâu còn chi!

Còn ai diễn Bóng Giai Nhân nữa?
Người với Cố Đô cùng mất nhau.
Ta mất cả hai... Còn một nửa
Cuộc đời... Thôi cũng xế ngàn dâu!

Nguyễn Bính

Vũ Hoàng Chương

Ném lên sàn gỗ? Ai cùng diễn?
Ném xuống, nào ai mở Quỷ Môn!
Ném tới, ba chiều xương máu nghẹn.
Đành thôi, Bính ạ, một càn khôn!

Hoàng đang ở cõi "Vô hà hữu"
Bính lại, đừng lo đường lối mê!
Chẳng thấy ngả nghiêng hoa thạch lựu?
Hoàng ngâm thơ Bính... Có hồn ghê!

"Chừ đây bên nớ bên tê,
Sương thu xuống, gió thu về, bồng bênh"
Cầm tay, vẳng tiếng gươm ngày nọ
Bến nước mười hai khóc nổi nênh!

Nam đô
tiết tháng Bảy 1967

Cước chú [của tác giả]

Đoạn 1, 2, 3 - Nguyễn Bính là tác giả kịch thơ Bóng giai nhân, do Ban Kịch Hà-Nội đưa lên sân khấu Nhà Hát Lớn, đêm 10-10-1942; N.B. thủ vai ẩn sĩ đúc gươm; V.H.C. thủ vai tráng sĩ đến bến Hoàng sa cầu gươm báu. Nhưng muốn cho gươm "có hồn", cần phải giết ngay kẻ đứng trước mặt mình; thế là kẻ đúc gươm đã vui lòng chịu chết, trao nhiệm vụ "bình thiên hạ" cho tráng sĩ, người xứng đáng dùng gươm.

Đoạn 5 - Câu thơ này (Con chim bằng...) của V.H.C. tiễn N.B., trong Bài Ca Tận Túy; N.B. vào Nam từ 1944.

Đoạn 6 - Lỡ Bước Sang Ngang là tập thơ đầu tiên của N.B.

Đoạn 11 - Hai câu thơ này (lục bát) của N.B. đã viết ở Huế (1944).

Trở về

Đã phá đứt tung
Mọi dây trói, mọi rào đơn lưới kép.
Đã xóa bỏ những vòng đai chật hẹp
Những phù hoa lồng kính đóng khung.
Và đã trở về.
Đâu cần mở con đường không biết khép;
Cảnh nơi đây còn nguyên vẻ đẹp
Của hôm nào ra đi.

Núi ngày cũ nghiêng đầu khoe tóc mượt,
Rừng thông vẫn tiếng reo xanh.
Lưng yểu điệu hòa theo màu cỏ mướt,
Vòng chân đứng vững như thành.
Chỉ có tóc này pha sương,
Hai vai này vơi mất nhiều xuân
                để mang đầy cát bụi,
Những bước đi này thêm nặng đau thương
Kể từ xuống núi.

Giòng suối cũ chẳng cao lên,
                cũng chẳng hao gầy,
Vẫn là gương mặt thơ ngây.
Giọng nói cười trong vắt
Giữa vùng hoa dại kết nôi.
Chỉ có ngàn tia hy vọng tắt
Không hẹn phản hồi;
Chỉ có niềm tin nín bặt
Trong đôi hố mắt này thôi.

Người yêu cũ nằm đây, trang sách mở,
Thân đọng ngọc lung linh
Hồn Chữ hương dìu hơi thở
Gợn khắp châu thân từng vân ngọc đa tình.
Chỉ có thịt xương này khô héo
Tâm tư này xiêu vẹo
Qua nhiều cơn sốt mê tơi
Của những mưu sinh, ứng thế, tranh thời.

Chử Đồng Tử với Tiên Dung Công chúa
Từng khói mây vút cánh Bồng Châu.
Khói như tơ bạc mây như lụa
Nhưng Bồng Châu? Bồng Châu?
Ai biết nơi đâu?
Và đâu chỉ một phương Thần Thoại ấy,
Một lứa đôi tài tử đất Phong Khê!
Gẫm lại ngàn xưa ai chẳng vậy;
Chẳng ai không "trở về".

"Trở về"... "Trở về"... ôi điệp khúc
Mỗi giây phút như kêu đòi như thúc giục!
"Về đi thôi!"..., Đào lệnh có vườn hoang
Tư Mã Tương Như có bóng chim hoàng
Lưu Nguyễn có hoa đào nước suối.
Ai giác ngộ có bè Nam Hải
Tham sân si cũng có vực Trầm Luân.
"Trở về", ai chẳng một lần!

Còn may cho ta
Chốn cũ không già.
Cuộc trở về êm như bản nhạc
Đường về tạo lấy bằng Thơ
Vì ta vẫn là Ta, đầu nghiêng lệch bơ phờ
Núi vẫn nhận ra nhau,
                suối không hề oán trách.
Và Người xưa... Ôi Người Yêu trinh bạch,
Dám đâu ta gọi thức bao giờ!

Sài gòn, 1967

Lòng ngõ dâng sầu

Phương Nam có người đẹp
Dùng văn thay phấn son
Mộng gầy trang sách ép
Ngoài song hoa nở ngon
Gió bão khơi ngòi thép
Đá ba sinh chưa mòn
Chỉ e lòng ngõ hẹp
Sầu thu lở núi non

Sài gòn, 02-11-1966

Nhớ mai

Khói tỏa thơ ngâm dưới gốc này
Hôm nào... để nhớ tới hôm nay.
Tiếng tiêu thổn thức bên thành nổi
Từng trận mưa hoa trắng vũng lầy.

Rã cánh em hồng theo chị bạch
Hồn thơm biết có gửi đâu đây?
Phút vui những tiếc sao mà ngắn
Nâng chén thanh mai giọt lệ đầy.

Hoa lý hoa đào không giải ngữ
Một mình tỉnh giữa bốn phương say.
Tương tư, mượn giấc không thành giấc
Bao đĩa đầu vơi ngọn nến gầy.

Cành Bắc cành Nam đều giá buốt
Thâu đêm ngồi lẻ ấp da cây.
Nhìn trăng soi chếch vào song vắng
Hận kiếp tu xưa đã chẳng dày!

Sài gòn, 1963

Ngấn lệ trăng soi

Móng hồng còn vết trên cao
Hồng sơn còn ngóng thi hào Nguyễn Du.
Sắc hương nằm lạnh thiên thu:
Bạc phau gò tuyết, sa mù nửa vai.
Sớm chiều mây trắng đeo đai,
Giá băng nín thở cho dài nhớ thương.
Tiếng Thơ từ buổi lên đường,
Gươm đàn chắp cánh Đoạn trường ra khơi.
Mang mang rốn biển chân trời,
Quặn đau ruột đất rã rời vòng sao.
Mở hai thế kỷ nghe vào:
Xương khô lỗi nhịp máu đào, còn căm! -
Nơi đâu trường dạ tối tăm
Để nơi đâu có trăng rằm đầy trang?
Năm mươi năm lẻ mơ màng,
Đời ai rút ngắn cho Nàng Thơ xinh?
Hồng bay để dấu bất bình,
Tuyết non cao thoắt hiển linh ý thần.
Nỗi đau ném chữ gieo vần
Chín mươi chín ngọn xa gần còn in.
Hồn Xưa không ngẩng lên nhìn,
Mực đen giấy trắng muôn nghìn cũng hư.
Lưng rùa trao nét Lạc Thư,
Bắc phương đã sáng lên từ mặt sông.
Trời Nam chẳng tuyệt giống hồng,
Đầu non còn gửi lời thông điệp về!

Sài gòn, 1965

Bảng vàng hoa tím

xa tặng Kiều Thu

Hà nội xưa đưa nàng đi thi,
Có chàng thư sinh tình rất si.
Cài hoa lên tóc còn buông xõa
Chàng nhủ người yêu: Chớ sợ gì!

Hoa này, anh đã mất nhiều công
Chọn ở hàng Bài, em biết không?
Đề khó đến đâu hoa cũng thuộc,
Rắc hoa đầy giấy góp là xong!...

Nàng vui như tết, vào sân trường;
Hi vọng bay theo lòng ngát hương.
Chàng đợi nàng trong rừng Bách thảo,
Như trong huyền thoại của Đông phương.

Đưa nhau ríu rít đón nhau về,
Ngày lại ngày... cho tình càng mê.
Bài Sử Địa hay bài Vạn vật
Cũng đều tươi nét hoa "Pensée"!

Đường lên hàng Quạt gió say reo;
Cửa Bắc giờ đây bảng sắp treo.
Dựa sát vai chàng, hơi thở gấp,
Ôi, nàng cảm động biết bao nhiêu!

Người đi xem bảng mới lơ thơ,
Nắng sớm đùa trên cỏ nhởn nhơ.
Chàng dỗ dành: Em đừng nghĩ quẩn;
Yêu nhau, thi có trượt bao giờ!

Kia rồi: Hương phấn đã truyền tin!
Đôi lứa mừng, quên cả giữ gìn.
Tay khoác tay nhau làm cánh bướm
Song song, lìa sóng cỏ, bay lên.

Chợt nghe thiên hạ bảo thầm nhau:
Người đẹp hàng Gai lại đỗ đầu!
Chàng ghé bên tai nàng, giễu cợt:
Áo hồng như thể áo cô dâu!

Nàng xem hoa nở đúng tên nàng
Rồi mỉm cười: Thôi, kệ bảng vàng!
Anh hãy cắt bài thơ áo tím
Cho em mặc nhé! Rất thời trang!

Sài gòn, 12-06-1967

Giây phút ngỡ ngàng

Làm sao tôi nhận ra cô bé ngồi kia!
Chiếc én đình Vương Tạ
Giữa Sài gòn Sáu Tư
          nắng phai mùa đổ lá,
Hoàng hôn dài lê thê...
Lời giới thiệu dài hơn cả hoàng hôn:
          "người mới xa về...";[1]
Tôi sững sờ, gượng cười...
Hết thảy đều xa lạ.
Buổi họp nào đây? Có phải đường lên
          Sacré-Coeur hoa vàng tượng đá?
Người về!...[2]
          tôi nhắc lại tên;
Dư âm đầy mạch máu vang rền!
Thế ra đây là Huyền... tôi quen
Trong lòng một chuyến đi
Mở mặt đô kỳ ánh sáng Paris?
Trong một chuyến đi
Mà sông Seine cùng tháp Eiffel
Mỗi xế trăng thu còn nhắc nhở thầm thì.

Sao có chuyện hoang đường thế được?
Nước da thùy mị kia...
Gò má bình yên này...
Và mái tóc... Ôi, tội tình cho mây!
Là Huyền ư? Huyền của "Lang thang"?
... Lạ nhỉ!
Càng phi lý nữa là...
Nhất là...

Chiếc áo lụa phấn hồng ngoan,
                hiền, thướt tha.
Hỡi áo đẹp "cô dâu bé bỏng",
Ngươi thẹn thùng chẳng nếp hải hà?
Ôi! một tảng màu từ đâu lạc lõng
Về bức tranh đằm duyên Bích Câu?
Bức tranh tôi đã thuộc lòng
Đến từng sắc điệu,
Từng gợn bất ngờ trên nét thẳng
                đường cong!

Hay là... một trong muôn nghìn vũ trụ song song
Với trần gian này,
                từ lâu sương mờ khói loãng,
Đột nhiên vừa đây
                cắt lầm vào một khoảng?
Trời ơi, bức họa sơ nguyên!
Đâu chiều ánh sáng đêm hoa nguyền?
Tôi bước lên...
                như người máy...
                        bước lên...
Đồng thời giọng "cô bé ngồi kia"
                - người mới xa về [3] -
                        cũng trầm trầm rung lên.
Tôi nín thở;
                chiếc đồng hồ đeo tay cuồng loạn đập.
Kìa: những con đường, dọc, ngang,
Từ môi nàng vút ra thẳng tắp.
Chúng giao nhau, kề nhau,
                lìa xa, rồi lại gặp;
Đây rồi, Huyền của "Lang thang"!

Ngược xuôi bờ đá chân cầu Neuf,
Trăng vỡ đầu sông... hẳn nhớ Hoàng?
Đâu đó nước dâng...
            tôi giật mình, hụt bước;
Vũ trụ quanh tôi bỗng thu hồi kích thước,[4]
            à, đây phòng họp...
                  người quen!...
Nửa chớp mắt ngờ cung đàn lỗi nhịp,
Bài thơ sai niêm;
Nhưng, ai đã giùm tôi xóa phăng?
Vết thương mở ra
            - may thay! -
                  vừa đóng kịp.

Tôi cười...
            không gượng nữa!
                  ... tiến lên;
Bàn tay siết chặt vọng tên Huyền.

Sài gòn, 1964

Bài thơ này đầu tiên được in trong **Văn** số 3, *Giai Phẩm Xuân* Giáp Thìn
(15-01-1964), và trong bản này
   [1] Bốn chữ *"người mới xa về..."*; đã in là *nữ sĩ Minh Đề!*
   [2] Hai chữ *Người về!...* đã in là *Minh Đề!*
   [3] Bốn chữ *người mới xa về* đã in là *nữ sĩ Minh Đề*
   [4] Sau câu này có thêm một câu
      Cả ba chiều tái lập
Dựa vào những chi tiết trên cùng một ít sự kiện khác như *những người
có mặt* trong *buổi họp* thuyết trình về Văn Bút Việt Nam cuối năm 1963
trong đó "người mới xa về" cũng là tác giả của thi phẩm **Lang Thang**
(1960), nhà nghiên cứu *Trần Mạnh Toàn* tin rằng đối tượng bài thơ chính
là nhà văn, nhà thơ, ký giả chiến trường *Minh Đức Hoài Trinh*

Bài này sau đó có in vào thi phẩm **Đời Vắng Em Rồi say Với Ai**, nhưng
không khác biệt với bản trong **Cành Mai Trắng Mộng** này

Còn đâu Vọng các

Ôi, Chùa Phật Ngọc mái long lanh;
Đất Phật từng gieo hạt Ngọc lành...!
Du tử dâng hồn lên Vọng các.
Gương soi chẳng chút úa màu xanh.

Đê mê hài hán bước Triều thiên;
Nhạc nữ, hoa thần, hay Giáng tiên?
Cong vút bàn tay ai mở nhịp:
Cánh Thơ, giàn Nhạc, đêm Hoa viên.

- "Thi sĩ từ đâu tới chốn này?"
Tiếng ai vừa cất phới hương say?
- "Từ đâu? anh cũng không còn nhớ,
Em ạ!... Chim trời mỏi cánh bay!..."

Nửa hé vành môi, nửa ngập ngừng,
Nàng xoay nhịp bước, ngả vòng lưng...
Hỡi ơi!... Đã ngấm men hồ hải
Vào tận vùng cung điện kín bưng!

Xiêm áo tần phi rợn ngọc ngà
Lửa thiêu cuồng vọng khắp làn da...
Phút giây nghe trĩu bên lồng ngực:
Tiếng thở dài buông, rũ cánh hoa.

Nàng gượng cười; trăng tắt đã lâu;
U cung đòi lại đóa Lan sầu.
Mái đền cong vút tay ai đó?
Ngà ngọc xin đừng hoen lệ châu!

Xứ Thái mây chìm khóa bến Mơ,
Vàng son thăm thẳm bụi tung mờ.
Còn hương vương giả thơm giàn Nhạc,
Hay cũng tàn theo đêm hội Thơ?

Bangkok, 1964

Cúc nguyên tiêu

Thời gian ai ném tung hê
Cho Hoàng hoa lạc lối về mùa thu!
Hỏi Mai trỏ giúp đường tu
Vượt bao nhiêu ngả hoa cù đến đây
Giữa đêm xuân mới trăng đầy
Thơ buông nhạc nổi ngờ mây gác Đằng.
Tri âm người cũ đó chăng?
Ngàn xưa phong cốt lăng tăng mấy ai!
Nguyên tiêu hội mở Cầm đài
Lẽ đâu một phiến u hoài khép riêng!
Hồn trăng hồn nước có thiêng
Góp cùng hoa một cười nghiêng thành sầu!
Mà ai Tư mã Giang châu
Tiệc xuân đừng để hoen màu áo xanh!
Tỳ bà trang nguyệt ba canh
Bóng hoa gợn sóng vây quanh bóng người.

Sài đô, 1963

Người nữ hoa tiêu

Em đến từ trang sách họ Bồ,
Mang theo mùi đất ẩm xương khô?
Hay là - ôi nét cười siêu thực! -
Em đến từ tranh Picasso?

Em đến từ đâu cũng chẳng sao!
Từ tranh? từ sách? từ chiêm bao?
Từ căn gác hẹp nhà bên nữa!
Từ chuyến phi cơ hải ngoại nào!

Em đến từ trang sách họ Bồ,
Mang theo mùi đất ẩm xương khô?

Vì anh chờ đã mấy pha phôi,
Hồn nhập bao nhiêu xác tục rồi!
Từng phút, hành trang anh sắp sẵn,
Đăng trình riêng đợi có em thôi.

Mình em biết lái thuyền không gian,
Ngồi xuống đi em, dạo bản đàn!
Nhạc nổi "tề tâm"... Vòng điện tử
Vút siêu tần số; Địa cầu tan.

Sức nổ tung trời bỏ lại sau
Hư vô... Hai đứa ngã vào nhau.
Xứ Lưu đày xóa rồi, em ạ!
Huyền thoại từ đây một Trái Sầu.

Còn thơm dư vị phút lên đường,
Hé cặp môi đào: "Mộng cổ hương
Rối loạn trong vòng tinh tú ấy,
Sao anh trời vẫn chẳng hai phương?"

Thuyền vượt Ngân hà chợt cảm thông:
"Trần gian, anh có phút nào không
Chờ nhau tới khóc?"... Lời chưa dứt
Người nữ hoa tiêu lệ vỡ giòng.

Sài gòn, 1964

Kẻ Việt người Tần

Lời thiếu nữ

Đâu nắng Trùng dương men bốc cao?
Nơi đây thu bủa lưới mưa rào!
Gối chăn lớp lớp tràn băng giá
Từ buổi Sông chia Bến nghẹn ngào.

Đá chẳng hai phen sầu dựng tượng
Giữa mây huyền sử khói ca dao.
Ngày qua, hồn mất dần tin tưởng,
Xác cũng già đi mỗi tế bào...

Anh ơi! Mười một năm rồi đấy;
Anh nghĩ rằng em trẻ mãi sao?
Cái tuổi tròn gương, trăng độ ấy
Đã vơi nhiều lắm, chả còn bao!

Chỉ còn như chiếc liềm đe dọa
Cắt xuống đời xuân một sớm nào.
Em sợ... khuya nay đèn sáng quá!
Trên tường in đậm bóng gầy hao...

Rồi mai rồi mốt tàn binh lửa
Và cũng tàn theo cặp má đào;
Lỗi ước, Mỵ Châu đành lệ ứa,
Không còn can đảm rắc nga mao!

Sài gòn, 1965

Bên nớ bên tê

Núi Sông ôm mặt chịu làm bia,
Nhát chém ngang vai ngực đứt lìa.
Nhưng vẫn trái tim truyền hiệu lệnh,
Hai chân còn đứng vững vàng kia!
Óc trong đầu có nhiều sao sáng
Mười nhánh hoa tay nở nhất tề,
Cũng chẳng ly khai nguồn máu được;
Kinh Đô Tình Cảm mới là quê!
Chừ nghe tiếng gọi vang lồng ngực,
Đầu với tay nguyên vẹn trở về.
Đã tỉnh mười hai năm ác mộng?
Đâu còn bên nớ với bên tê...!

Sài gòn
mùa Phật đản 2510

Một phiến u hoài

Cắt vào tâm sự thê lương
Mỗi đêm rằm chuốt thành gương sáng ngời.
Mặc ai gió lặng mây lười
Trăng tròn ta gửi cho người tròn trăng.
Bốn năm qua rồi đó chăng?
Nàng soi vẫn thấy đêm vằng vặc xưa.
Mắt xanh in bóng thuyền mơ
Tóc hoa vàng đọng vần thơ gieo vàng.
Trăng mười lăm gửi đều sang,
Tuổi mười lăm cũng mê nàng không đi.
Biển Đông, con nước dậy thì;
Lại tròn thêm một chu kỳ tối nay.
Chim thần! hãy ngậm gương bay;
Và sao Bắc đẩu! chuyền tay về Đoài!
Theo gương, hồn bướm lạc loài;
Hoa soi bóng, gợn u hoài đến đâu!

Sài gòn, 1964

                                     Hàng Thị tái bản

Vọng phu

Lệ nghẹn đường trôi về biển Đông;
Uổng mơ tin nhạn đón tin hồng.
Nghe chăng? Núi dựng sầu chinh phụ;
Nam Bắc hai phương đá ngóng chồng.

Sáng choang sắt thép ngày ra đi;
Kẻ ngược người xuôi, khinh biệt ly.
Dứt áo, sông Tần hay bến Việt,
Nào ai thao thức nhớ nhung gì!

Ải Bắc vung gươm mộng đẹp thay!
Giang Nam quăng chén vào cơn say...
Rằng: Mai, ngựa ruổi vang rền sấm.
Rằng: Sẽ vòm sao rụng xuống tay.

Nhưng gái yêu chồng riêng thiết tha
Được vui sum họp giữa quê nhà.
Hiển vinh nào xứng niềm đau xót
Trỏ bóng mình cho con gọi "cha"?

Ôi mây Hoài thủy khói Đồng đăng!
Khói bạc mây vàng một ánh trăng...
Mây khói hai phương trời có biết
Cũng mòn gan đá Vọng-phu chăng?

Sài gòn, 1966

Vòng đua

Rằng tất cả đều xoay chong chóng.
Còn ai không biết nữa ư?
Một chân lý; một cuồng lưu nóng bỏng
Ngay quanh mình, ngay giữa nếp suy tư.

Khác xa nhịp bước Nàng Thơ vấn vương
                    tiềm thức,
Hay trong mơ khúc múa Tinh Cầu.
Vì chẳng có chi là nao nức
                    Là rung động thực
                    Vang xuống các bề sâu...
                    Chỉ là Máy;
Những đe dọa bên tai, những mệnh lệnh
                    trong đầu
Thúc đẩy mãi... đến bao giờ kiệt sức.
Đêm lịch sử đã thăng bằng hai Đối Lực
Cùng đi hoang và dứt bỏ cỗi nguồn.
Sân khấu chẳng ngừng xoay, mỗi ngả kéo theo luôn
Cả cuộc sống với trăm ngàn sắc diện.
Để tranh quyền Đạo diễn,
Quyền phân phát những đam mê, yêu, ghét, vui, buồn.
Ôi Vòng đua lộ liễu
Với cờ trận tung bay nhãn hiệu
Của hai phường Con Buôn.

Rằng tất cả đều rã rời đau nhức;
Đang chờ nghe mê hoảng tiếng nhân ngư
Tận cuối đường kia, đáy vực,
Còn ai không biết nữa ư?

Còn ai không biết nữa ư?
Rằng tất cả đều căng ra hết mức.
Da mặt trống mênh mang, dùi vung lên vỡ ngực.
Bình minh đâu, thế hệ Không Cười?
Hoàng hôn chăng, thế hệ Hai Mươi?
Ai dám chắc dấn thân vào Thảm Kịch
Là "hoa tàn lại thêm tươi"?
Rất có thể vòng đua về tới đích
Tượng trưng bằng Chấm Hết của Con Người.

Nhưng chẳng lẽ còn ai không biết
Rằng: trải đau thương, tất cả sẽ không lầm.
Với một lòng tin bất diệt
Sức Ly Tâm nào cũng phải Hồi Tâm...
Trăng đã mọc
Thoáng hương trầm
Giữa nhịp đời nhức óc
Bài Thơ này cao ngâm.

Sài gòn, 1967

Duyên mùa loạn

Người đi ta cũng lên đường
Trông ra khói lửa mà thương phong trần.
Biết bao giờ gặp cố nhân
Cho ta lại được có lần cầm tay.
Lời kia xin tạc dạ này
Mong đừng quên... lúc đổi thay cuộc cờ...
Một đi nắng đợi mưa chờ
Bèo mây ai dám hững hờ lòng ai!
Đường khuya nhớ buổi kề vai
Đèn khuya nhớ lúc canh dài trao yêu.
Rồi đây khói sớm men chiều
Say bao nhiêu lại bấy nhiêu ngậm ngùi.
Nước non thề cũ khôn nguôi
Giống đa tình vẫn muôn đời tình si.
Người ôi! ta biết tặng gì?
Mượn vần thơ gửi hồn đi theo cùng.

Sài gòn, 1963

Hàng Thị tái bản

Trường ca sát thát

Đoàn người ấy mọc lên trong sa mạc,
Cả một rừng gươm trên lưng ngựa
                         trưởng thành.
Đoàn quân ấy từ phương Đông xuất phát,
Lũ con nuông bất trị của Trời Xanh!
Chỉ nhắp có hơi men "xung sát",
Chỉ say sưa bằng những miếng "giao tranh".
Nhắm hướng Phi châu,
Ngựa vọt tới đâu là đời sống tan tành,
Biển ngập máu còn mang tên "Hồng hải".
Cờ phất Âu châu,
Ngựa dẫm tới đâu là xương phơi thịt dãi,
Biển đeo tang còn "Hắc hải" ghi danh.
Như ngọn cuồng lưu, như cơn bão cát,
Từ Mông cổ, Tân cương,
                         đến Ba tư, Bách đạt,
Trở về Hoa hạ, Yên kinh;
Lũ "Thiên kiêu" từng Bắc chiến Tây chinh
Lẽ nào để một phương không xéo nát:
Trời Nam riêng cõi thanh bình!
Lẽ nào để chiếc ngai vàng Thát Đát
Ba chân trời đại lục đứng chênh vênh!
Hay đâu:
Bắc phương vừa quẩy đuôi kình,
Rồng thiêng đã sớm cựa mình Nam phương...

Trần triều hai Thánh đế
Hưng Đạo một đại vương;
Hội mở Diên hồng
                    đất nước vang rền khí thế,
Hịch truyền Vạn kiếp
                    trời mây sáng rực văn chương
Ý gửi từ muôn dân, lệnh trao từ chín bệ,
Thì: nắm đầu giặc như chơi
                    cướp giáo giặc cũng dễ.
Đây: cửa sông Hàm tử
                    bến đò Chương dương;
Nuốt sao Ngưu chẳng phải việc hoang đường.
Nam phương cường? Bắc phương cường?
Máu đào loang sóng Phú lương mấy lần!

Sét nổ trăm hai ngọn ải Tần,
Giang Hoài bốn tỉnh lại ra quân...
Năm mươi vạn tinh binh ruổi ngựa
Tràn xuống Thăng long
                    như cả một khu rừng bốc lửa
Những "cây sắt", con nòi Thiết Mộc Chân.

Giống Hồng Lạc giữa hai đường sinh, tử,
Trông lên: sợi tóc buộc ngàn cân.
Chợt đâu đó, xé rèm mây quá khứ,
Xa thăm thẳm mấy ngàn năm Việt sử
Rọi về tia mắt tiền nhân,
Thiêu tàn khoảnh khắc bao do dự,
Cả đến thép vô danh cũng rực ánh
                    gươm thần.

Sát cánh vua cùng dân,
Chung lòng tướng với quân,
Phá cường địch... Cờ ai sáu chữ,
Báo hoàng ân là báo quốc ân.
Trăm họ chẳng ai còn lưỡng lự,
Sông núi nào riêng một họ Trần!
Bình than lại nổi phong vân,
Một gươm Tiết chế hai lần trao tay...

Lời Đại vương truyền nín cỏ cây;
Ba quân hào khí ngất từng mây.
Vụt nghe tướng lệnh, vươn mình thét:
"Sông Bạch Đằng tôi có mặt đây!
Hán, Hồ... cũng đến chôn thây,
Trước sau một khúc sông này mà thôi."

Triều non bạc lên ngôi... giờ lịch sử!
Và xuống ngôi... theo lệnh đại vương truyền.
Nước rút đi, như ngàn vạn mũi tên
Lấy Đông hải làm bia nhằm bắn tới.
Một ám hiệu! Kình nghê vừa mắc lưới!
Thuyền vương sư liền quật khởi tranh phong
Tay chèo nổi ngược cơn giông
Tiếng hô "Sát Thát" vang sông ngập bờ.
Duyên giang một dải
Lau cũng phất cờ;
Mùa xuân gần cuối
Vẫn sóng bay hoa;
Ngang trời động sấm tháng Ba
Dọc sông chớp giật sáng lòa gươm dao.

Cũng nơi đây Bạch đằng giang một khúc
Ngô vương từng chém Hoằng Thao!
Gió mây thôi thúc
Quằn quại ba đào...
Chợt tưởng niệm, máu càng sôi sục,
Tinh thần quyết thắng bốc lên cao.

Thế phản công làm giặc dữ nôn nao
Chúng hoảng hốt vội thu quân
                 về thượng lưu sông Bạch.
Nhưng số phận Hung Nô,
                 người phương Nam đã vạch,
Hỡi ơi, bằng giáo sắt cắm ngang sông!
Đáy trường giang là cả một bàn chông,
Nằm đợi sẵn, khi thủy triều xuống thấp,
Đoàn thuyền giặc lùi qua
                 bị xô nghiêng lật sấp,
Bị xé ra từng mảnh, vỡ tan thây...
Giữa lúc rồng thiêng mở vuốt tung mây:
Quân tiếp ứng của vương sư ào xuất trận.
Và:
Hưng Đạo Đại vương Trần Quốc Tuấn
Hiện ra như một vị thần linh;
Chớp mắt trên sông bặt sóng kình!
Thế là đã nơi này bỏ xác
Lũ con nuông của Trời Sa mạc
Khắp Á Âu từng vạn lý trường chinh.

Bọn chúng ngờ đâu một sớm cõi Ly minh,
Thân bách chiến bỗng quay về hạt cát;
Trôi theo sóng cả tiếng tăm nòi Thát Đát,
Cả giấc mơ xâm lược chúa Hồ Nguyên...

Chàm thích tay ai nét ảo huyền,
Ngọn trào pha máu sắc tươi duyên.
Chàm xanh, máu đỏ, nền sông trắng,
Bức vẽ Đông A vạn cổ truyền...

Ấy ai qua chốn giang biên,
Khói đầy khoang, giấc sầu miên lạnh lùng!
Tiếng kình vang đợt sóng rung,
Có nghe chăng?
                    Có thẹn cùng người xưa?
Riêng ai: nước cũ mây mờ,
"Thái bình diên yến" câu thơ lệ nhòa.
Tháng Giêng kỷ niệm Đống đa
Sông Đằng kỷ niệm tháng Ba... mấy lần?
Đầu mùa xuân, cuối mùa xuân,
Cánh tay Đế Nguyễn Vương Trần nào ai?

Sài gòn, 1963

Ai có qua cầu

Lời thiếu nữ

Hôm nay mình là cô dâu;
Của hồi môn: chiếc gối sầu mang theo.
Các bạn chê điềm gở;
Mình cười nghe trong veo,
Mà lạ chưa, má phấn đỏ lên nhiều!
Tiếng gì như ngọc vỡ?
Hay là hạt sương?
Hay là châu lệ
                    xe hoa nghiến nát trên đường?
Mấy chị! làm ơn mở hộp gương,
Ta cùng soi chút nhé!
Kìa: bên Đông, bên Tây,
                    giờ đây bao người vợ trẻ
Xếp gối thành đôi
                    ngồi đối bóng canh trường...
Duyên chưa đầy năm
                    một rằng yêu hai rằng yêu,
Đã ngày tiễn đưa nhau
                    trăm thương ngàn muôn thương,
Để rồi đêm đêm
Mênh mông chiếu giường...
Hồn chinh phụ: khói lò hương
Thả làm mây, trắng biên cương tìm chồng.
Ngược chiều xe hoa
                    sao nhiều xe thế nhỉ?

Nét chữ hồng
Tươi hơn môi mấy chị;
Mà chẳng xe nào chở không!
Những ai đó? ai còn? ai mất?
Ai? Nào ai xương sắt da đồng!
Lưỡi mình đắng như mật;
Trăng nhà ai ngọt đâu!
Bước vu quy đứt ruột lũ "qua cầu"...

Ngây thơ là những cô dâu
Gối mang "đủ cặp" cho sầu càng cao.

Sài gòn, 1966

Tưởng niệm

Mộng cá hình chim một vút bay
Đã hay địa cực nối liền ngay.
Không gian nuốt trọn vào tia chớp;
Ánh bút trời xưa đẹp tới nay.

Men nào cho cánh bằng say?
Tuyết rơi lệ khóc lưu đày từng cơn.
Biển băng nào chẳng cô đơn;
Bắc Nam cũng một khối hờn khác chi!

Núi Trường sông Cửu hãy còn ghi
Dấu vết chim nghiêng cánh dị kỳ;
Đất trũng xuống thành sông vạn dặm,
Vọt lên thành dải núi uy nghi.

Cửu Long giang vẫn tình si
Với Trường sơn, tuổi dậy thì sánh duyên.
Đầu non khi nhức tiếng quyên
Lại soi lòng nước, mơ huyền thoại xưa.

Ôi! hồn người đã Máy xa đưa,
Ánh bút đầu tiên đẹp cũng thừa.
Nhả ngọc, sao Khuê thường gọi bạn,
Dài lâu riêng cặp Nước Non thưa!

Sài gòn, 1966

Nhiều và một

Đỉnh Cô sơn có còn ai độc tọa
Lắng khúc hoành tiêu?
Đẹp tư thế "cắt trời xanh đứng một"
Có còn chăng nhỉ cánh diều?
Ai, nào ai trắng canh dài độc ẩm,
Câu vọng ngôn mình tự nối điêu?
Quán trọ nào chăng lẻ bóng
Gối lên phù kiều?...
Của Đơn Chiếc riêng tôi là người yêu
Nhưng đã mấy ngàn thu nhớ tiếc,
Mang mang hồi ức
Thuở chưa chịu xé đôi hình Thái Cực...
Tôi: thù nhân của Số Nhiều!

Ôi bình minh rừng ban sơ!
Tiếng suối lụa đánh đu trên mùi cỏ dại
Màu dã hoa cùng nhạc nắng giao thoa.
Tất cả tôi đều cất lời ca
Hòa tan vào thời lưu ngưng đọng bất ngờ
Những hạt men thi vị
Chứa lòng đất vô tâm, lẽ trời phi lý,
Tôi, một mình, nghe Hạnh phúc xưng danh.

Nhưng rồi các anh
Kẻ trước người sau bằng hữu...
Và các em
Đủ cung bậc yêu đương nổi chìm da thịt,
Từng của ải giác quan như lưỡi câu
                    vương vít,
Tới nơi đây dạo bản hòa thân.

Gái cầu Lim Nội duệ?
Hay công chúa Huyền Trân?
Hay nữ hoàng sông Nil? thương nữ
                    sông Tần?
Mười hai ngọn Vu phong mưa chiều
                    mây sớm,
Giấc mộng đơn thuần
Phai ánh tà huân!

Tôi nghe tan tác hồn hoa cỏ,
Chết đứng cả tình hương ý gió,
Hạnh phúc thay tên làm tượng đá trên ngôi
Tự cắt chia ra ngàn vạn chỗ ngồi...
Kìa: mũi nhọn Số Nhiều lạnh hơn thép trắng
Dư vị bình minh đè nặng
Bao trùm cay đắng trọn đời tôi!

Cho nên của Đơn chiếc
Tôi là người yêu,
Và khắp đâu đâu và mãi mãi
Tôi: thù nhân của Số Nhiều.

Hỡi ơi, phải chi từ xưa
Cuộc khiêu vũ đê mê tôi chỉ vòng tay
                    một lần mở rộng
Tập thơ vàng tôi chỉ một bài in
Đường du ngoạn Á Âu mây gió hư huyền
Tôi chỉ một phi trường hạ cánh!
Sao tôi dại khờ nghe nàng danh ca
Lần thứ hai mưa đổ phách Tỳ Bà?

Sao tôi mê muội
Nghĩ rằng
Say
Phải là Say đến cuối?

Biết làm sao? phút giây này
Tôi chỉ còn là một Số Không đều đặn
Lăn mình trên dốc Tháng ngày qua;
Độ dốc kia tăng với tuổi già:
Bốn mươi... Bốn chín... Năm ba...
Những Số Nhiều ghê gớm thật!
Chẳng biết tôi cười vang
Hay đang khóc ngất?...

Mẹ hiền ôi!
Năm nào xưa con đầy tuổi tôi
Sao Mẹ chẳng vì con chiếc đũa thần khẽ nhấc
Cho vĩnh viễn Thời gian ngủ giấc thôi nôi?
Số con chỉ tốt lành
Chỉ yên vui
Khi nó là con số Một!...
Tuổi Thơ... Tuổi Hoa... đời hiểu gì chăng?
Là tuổi Không hai, Không lìa bỏ gốc,
Là thơ Không ngôn ngữ đa đoan,
Là hoa Không biết nở, Không tàn,
Như hoa sóng bay quanh mình độc mộc!

Sài gòn, cuối 1967

Trăng loạn đàn sầu

Con nước con trăng đôi mắt Nhạc,
Chiều Phi Uyên các
Đêm gác Bay Uyên...
Trăng nước... ôi thơ tạc rượu nguyền!
Cớ sao lếch thếch gối hàn uyên?
Thơ mang hận núi treo đầy bức
Rượu ngấm hờn sông chở nặng thuyền.

Lửa đạn băm nhừ tới bóng;
Cầm tâm đành phó mặc
Gió bụi tiếng ca xuyên.
Kéo tay thệ thủy liều trôi ngược
May có gương lồng mặt trạng nguyên...
Ôm cành chết rũ đôi hàn tước
Ai hay nghiệp khởi từ duyên!
Cỏ gà chưa nát
Còn ngọc còn sương ngậm hạt
Mời chân sáo đá mỏ vành khuyên.

Cây Đa xõa tóc Cửa Quyền
Nổi cuồng phong sợi độc huyền tay ai?

Sài đô, 1968

                                    Hàng Thị tái bản

Nhị Thập Bát Tú

(1964-1967)
Tập Mới

Tự thân tác nghiệp

Đá nhập mình cây, hồn nở tươi.
Hồn cây vào hát ngọt môi người.
Sao người chuyển kiếp về thân đá
Hồn vẫn khư khư mộng vá trời?

Phương trời thiên cổ

Súng đâu ba bảy tiếng vang rền,
Hỏi trái mơ nào rụng trước tiên?
Ngóng một phương trời thăm thẳm ấy,
Ngàn thu người đẹp vẫn cô miên!

Tiếng địch hồn quê

Liễu gẫy cành, mai rụng trắng hoa,
Tơi bời tâm sự mấy đêm qua...
Hồn quê nghẹn nhịp cầu mưa nắng,
Ảo ảnh tan trong tiếng địch nhòa.

Ướm hỏi thời gian

Dĩ vãng - gia tư của tháp Hời -
Mòn theo bóng tháp đá gầy rơi...
Bóng trong gương của nàng nhan sắc
Vốn liếng - theo ngày xuân có vơi?

Làm chi cho phải

Bốn phương trên ngựa làm anh hào,
Trên gối mơ làm bướm được sao?
Hỡi kẻ trên sông làm khói sóng,
Làm mây trên núi mới là cao!

Giữa mùa nắng gắt

Tận đáy mùi hương giấc cỏ chìm;
Đỉnh cao tiếng hót đậu hồn chim.
Lá thư tình đợi trời xa tắp,
Dưới bóng nào đây ngủ trái tim?

Trời phật hiểu chăng [1]

Người giết người xong chạy tức thì
Mồi ngon chẳng gặm chẳng mang đi.
Rừng sâu cọp đói nhìn kinh ngạc...
Đảo mắt gầm lên, không hiểu chi!

Lòng trai mới lớn

Sóng mở cờ mây bóng nguyệt lồng,
Đoàn quân nghiêng nước kéo sang sông
Vũ y từng đợt vàng bay hịch,
Bờ cỏ trai tơ thoắt rối bồng.

[1] Bài này còn có tựa là *Hiểu làm sao nổi* (***Ánh Trăng Đạo Lý***) và *Trời Phật bảo giùm* (***Tân Thi***)

Họa sĩ là ai

Nét vẽ sông Vàng ngược nẻo xanh.
Buông tay, hồn ở lại trong tranh.
Hòa theo bóng sáng về Nguyên Thủy,
Từ đấy phàm thân bỗng nổi danh!

Khí thiêng Hồng Lĩnh

Nổi gió thu lên ngọn kiếm dài;
Vàng đâu bén tiếng, sắt đeo đai...
Non cao nước chảy không cần biết
Còn có bao giờ ai khóc ai!

Chiến sĩ vô danh

Siết cánh mài cho sắc tiếng dao,[1]
Đêm đêm dế chém loạn trời sao...
Ngoài khơi Trái Đất, phi thuyền lạ,
E đứt đường bay, chẳng dám vào.

Ảo ảnh sa mạc

Thành xây trên cát, lẽ nào ư!
Hãn mã hoài công Thành Cát Tư...
Sa mạc chỉ còn đây: ảo ảnh
Ngai vàng lật ngược giữa không hư!

[1] Trong **Tân Thi**, chữ *tiếng* trong câu này đổi thành chữ *lưỡi*
    Siết cánh mài cho sắc lưỡi dao

Tâm tình bạn trai

Kể lại đời nhau... chợt khóc òa
Bên này bên nọ một thân hoa...
Kiều Nhi, mộng buộc thuyền chưa tỉnh
Nghe dậy cuồng phong, tóc rối xòa.

Hình mất bóng còn [1]

Quảng đảo bom thiêu ngọc đá tàn
Bóng ai cầm súng vẫn chưa tan...
Thiếu Lâm chùa cổ, nghe trên vách
Bóng Đạt Ma ngồi bật tiếng than.

[1] Trong **Ánh Trăng Đạo Lý** bài thơ này có tựa là *Bóng đó hình đâu*

Hồn thơ họ Lý

Lấy rượu làm binh khởi thế công,
Bầu trời tan dưới gót thi ông.
Men vàng dốc nguyệt đêm quăng chén,
Một nước thanh bình mở giữa sông.

Giòng kia hẳn đẹp

Nhân loại đêm nào tới Ngã Ba,
Rẽ sang giòng Điện, lối sao sa.
Chừ... sao nhiễm độc tan thành bụi;
Có tiếc giòng Thơ, nẻo suối Hoa?

Bão giải tù đi

Nhà trôi theo nước cuốn mênh mang;
Người giạt trôi theo, nghẹt Suối Vàng.
Áp giải tù nhân, kìa ngọn sóng
Vung roi dẳn mặt, giáo đâm ngang.

Cứ điểm cuối cùng

Sóng một cao dần, đất một xa...
Mong gì gửi xác lại quê cha!
Nhìn nhau chẳng dám cùng rơi lệ;
E nước tràn lên ngập mái nhà.

Vô tình hơn bão

Phong ba vừa mới tạnh dư âm,
Vút cánh "hồng" bay, đạn réo ầm.
Người cứu người, sao người nỡ hại?
Vô tình cho đến bao còn "tâm"!

Đường xa nghĩ nỗi [1]

Long thành đâu nhỉ? Phượng thành mô?
Lê, Nguyễn: hai giòng lệ cố đô!
Lệ chảy... chảy xuôi... tràn bến Nghé;
Giật mình! Nam hải sóng lô xô...

[1] Thơ Nguyễn Du *đường xa nghĩ nỗi sau này mà kinh!*... Theo Trần Từ Mai, bài này (viết từ giữa thập niên 60) dường như là một lời tiên tri: nhà Lê (Long thành) mất, nhà Nguyễn (Phượng thành) mất, giòng lệ khóc hai cố đô chảy tràn về bến Nghé, tức Sài gòn, để rồi nơi này cũng mất, dân lành đành liều thân vượt sóng Nam hải tìm đường sống.

Đáy lòng nhân loại

Hai phương đào mãi xuống bề sâu,
Hai kẻ lưu đày bỗng gặp nhau
Ở điểm sáng trưng, lòng Trái Đất;
Cơn cười nẩy lửa vết thương đau.

Gương treo nhật nguyệt

Sáu chục thành nghiêng đón Nữ vương,
Em theo chị... cũng gái phi thường!
Một phen bóng ngọc nhòa sông Cấm,
Nước Việt hai vầng đẹp mãi gương.

Ngôn ngữ thần linh

Giàn hỏa nào kia, giữa bất ngờ,
Phóng lên quỹ đạo một Bài Thơ?
Đêm Hoa thịnh đốn nhày Hương cảng
Chợt hiểu nhau qua mọi bến bờ...

Tuổi đá Nữ Oa

Mài gươm từ lúc nguyệt còn non;
Gươm sáng dần, sao nguyệt chẳng mòn?
Hay vết thương Trời loang rộng mãi
Cho năm sắc đá tuổi xuân tròn?

Cung đàn lỗi nhịp

Mẹ con đàn Sói vẫn chưa già;
Ôi nét kiêu hùng tượng đá hoa!
Xót nỗi phế vương lòng nguội lạnh,
Đường bay còn dẫn tới Rôma.

Nỗi mừng Do Thái

Nghe quanh Biển Chết đá hồi sinh;
Gấm vóc từng trang hiện Thánh Kinh.
Chới với bàn tay bao thế kỷ
Run run mở lại chính quê mình.

Xác đá hồn mai

Trắng mộng cành mai xót Bạch Vương;
Ai say ca quán?... ngủ sa trường?
Ngôi lầu Hưng Phế, rèm Hoa Đá
Cạn máu rồi... trơ những lóng xương!

Còn biết làm sao

Hàng cây xõa tóc chạy đâm nhào
Ngược với chiều xe chúi mũi lao...
Trước mặt có gì nguy? Hẳn thế!
Không dừng lại được, biết làm sao!

Hàng Thị tái bản

Phụ Lục

① à ma très chère
amie Ysabel Baes
en témoignage de
mes sentiments
les plus cordiaux
et toujours les
mêmes.

Saigon 7/6/63

② 韋君宜浮

閣可濤鑒

弟武鑄圖

祝贊達

贈

③

④ bản đính riêng
2 bản Ngọc Chấn
và Vân-Nương

26.1.74

Ghi chú Phụ Lục (trang i)

Ảnh gia đình, từ trái sang phải:
  - phu nhân Đinh Thị Thục Oanh
    và con trai Vũ Hoàng Tuân
  - thi sĩ Vũ Hoàng Chương

Thủ bút thi sĩ

1. đề tặng "Công Chúa Mười Lăm" trong **Thi Tuyển**
bản đặc biệt đánh số 15, ngày 07-06-1963
  à ma très chère amie Ysabel Baes en
  témoignage de mes sentiments les plus
  cordiaux et toujours les mêmes
N.K. mạo muội chuyển sang thơ Việt
  về Ysa quyển này
  là vật báu tình Say
  tự đáy tim nồng cháy
  chẳng bao giờ đổi thay

2. đề tặng kịch tác gia Vi Huyền Đắc trong **Thi Tuyển** bản đặc biệt đánh số 50, ngày 16-06-1963
  Vi quân Huyền Đắc các hạ thỉnh giám
  đệ Vũ Hoàng Chương thân tặng[1]

3. đề tặng ông Đinh Văn Thảo trong **Tân Thi**, ngày 07-07-1970
  Mến tặng ông Đinh văn Thảo
  tác giả Vũ Hoàng Chương

4. đề tặng Lê Ngọc Chấn & Vân Nương trong **Chúng Ta Mất Hết Chỉ Còn Nhau**, ngày 26-10-1974
  bản dành riêng 2 bạn Lê Ngọc Chấn và
  Vân Nương

[1] Ông *Hàng Trọng* đã giúp đọc các dòng chữ thảo này.

Hán Tự

Nhịp Bắc Phản

Trời Một Phương trang 13

是也不才明主棄
否乎多病故人疏

Thị dã - bất tài minh chủ khí?
Phi hồ - đa bệnh cố nhân sơ!

Vũ Hoàng Chương chỉ thêm hai chữ đầu vào mỗi câu cho hai câu thơ ngũ ngôn của Mạnh Hạo Nhiên. N.K tạm ghi lại bằng Hán tự như trên và phỏng dịch

Kém tài - thì đấy, ai dùng nữa?
Lắm bệnh - còn chi, bạn lánh rồi!

Em Chỉ Là Mây

Trời Một Phương trang 29

蓮江此夜新橋月
江月情終水照人

Liên giang thử dạ Tân kiều nguyệt
Giang nguyệt tình chung thủy chiếu nhân

N.K tạm ghi lại bằng Hán tự như trên và phỏng dịch

Sông Seine cầu Neuf đêm trăng sáng
Bóng chiếu tình sông trăng cố nhân

Thanh Bình

Trời Một Phương trang 36

閉門高臥潯陽城
醉倒乾坤了半生
豈惜落花曾落魄
何妨忘世已忘形
燈前鬼火尋佳話
夢裡桃源續舊盟
休怪我們終日樂
在烽煙處有清平

Bế môn cao ngọa Tầm Dương thành
Túy đảo càn khôn liễu bán sinh
Khởi tích lạc hoa - tằng lạc phách
Hà phương vong thế - dĩ vong hình
Đăng tiền Quỷ Hỏa tầm giai thoại
Mộng lý Đào Nguyên tục cựu minh
Hưu quái ngã môn chung nhật lạc
Tại phong yên xứ hữu thanh bình

N.K tạm ghi lại bằng Hán tự như trên, và mạo muội dịch
vui theo nguyên thể Đường luật

Phố xa nằm khểnh góc thanh nhàn
Quá nửa đời say đến bát gàn
Mặc kệ hoa rơi - hồn đã mất
Trối thây đời loạn - phách còn tan
Soi tìm duyên mới bên đèn quỷ
Mộng nối tình xưa chốn suối ngàn
Lạ nhỉ, quân này vui sáng tối?
- Chính nơi khói lửa mới bình an!

Giấy Ủy Quyền

Giấy ủy Quyền

Tôi đứng tên chữ ký dưới đây là: Vũ hoàng Tuấn
sinh ngày 17.1.1956 tại Saigon. Giấy
Chứng minh nhân dân số 020072802
thứ cư ngụ tại số: 92/H, đường
Điện Biên Phủ, phường 21, Quận Bình
Thạnh, thành phố Hồ Chí Minh Việt nam

Tôi nguyện là Con của ông Vũ Hoàng
Chương (1915 - 1976) và Bà Đinh
thị Thục Oanh (1919 - 2003),

Mục đích thiết lập giấy Ủy quyền
này là dành cho Ông: Trần Ngọc Thời
được in lại những tác phẩm của Cha
Tôi là Thi sỹ Vũ hoàng Chương. Việc
in ấn đó sẽ được thực hiện tại Hoakỳ

Mọi tranh chấp lấy mạo nhận
danh nghĩa gia đình chúng Tôi hoàn
toàn không được chấp nhận

12.6.2008. Con trai duy nhất của Thi Sỹ

VŨ HOÀNG TUẤN

thư mục Vũ Hoàng Chương

do <u>Hàng Thị</u>

Đã có

Nhị Thập Bát Tú (2023)
>   những bài thơ viết theo thể *Nhị Thập Bát Tú*

Ta Còn Để Lại Gì Không (2023)
>   những bài thơ chưa in vào thi phẩm nào lúc sinh thời

Thơ Say & Mây (2024)
>   *Thơ Say* và *Mây*

Rừng Phong & Hoa Đăng (2024)
>   *Rừng Phong* và *Hoa Đăng*

Hoa Đàm nối Lửa Từ Bi (2024)
>   *Lửa Từ Bi, Ánh Trăng Đạo Lý,* và *Bút Nở Hoa Đàm*

Trời Một Phương & Cành Mai Trắng Mộng (2024)
>   *Trời Một Phương* và *Cành Mai Trắng Mộng*
tìm đọc online https://hangthi.com
hoặc gởi điện thư về nxbhangthi@gmail.com để nhận sách in

Sẽ có

Ngồi Quán & Đời Vắng Em Rồi Say Với Ai
>   *Ngồi Quán* và *Đời Vắng Em Rồi Say Với Ai*

Kịch Thơ
>   *Vân Muội, Trương Chi, Hồng Diệp,* và *Tâm Sự Kẻ Sang Tần*

Mộng Trắng Thơ Vàng Tóc Bạch Kim
>   các bài thơ dài (ngoài *Nhị Thập Bát Tú*) đã dịch ra ngoại ngữ
>   trong *Cảm Thông, Thi Tuyển,* và *Tân Thi*

do <u>các nhà xuất bản khác</u>

Chúng Ta Mất Hết Chỉ Còn Nhau
>   Rừng Trúc (1974)

Ta Đợi Em Từ Ba Mươi Năm
>   Một số thân hữu và các cựu môn sinh (1985)